கிரேஸி கிரியேஷன்ஸின்

கூகுள் கடோத்கஜன்

கிரேஸி

மோகன்

அறிவே விளக்கு

அல்லயன்ஸ்

அல்லயன்ஸ்

[125 - வது ஆண்டைக் கொண்டாடும் முதல் தமிழ்ப் புத்தக நிறுவனம்]

கூகுள் கடோத்கஜன்

Google Gadothgajan

உரிமைப் பதிவு

முதற் பதிப்பு : 2025

அட்டை ஓவியம்: கேஷவ்

விலை : ரூ. 150/-

ISBN	:	978-93-6358-297-2
Total No. of Pages	:	80 Pages
Laser Typeset	:	Rani Graphics, Chennai - 04
Printing	:	Repro Books Ltd., India

THE ALLIANCE COMPANY

Publishers & Booksellers

Old No. 244, New No. 64, Ramakrishna Mutt Road, Mylapore, Chennai - 600 004.

Tel.: 044 - 2464 1314 | Mob.: 928 928 1314

www. alliancebook.com ♦ email: books@alliancebook.com

சமர்ப்பணம்

திரு. V.கிருஷ்ணசாமி

எனக்கும் மோகனுக்கும் ட்ராமா ஆர்வத்தை விதைத்த மூலவர். எங்கள் பெரியப்பா. **Colgate Palmolive, Sales Representative** ஆக இருந்தபோதிலும், 1940களில், **Dr.**ராமமூர்த்தியின் நாடகக் கம்பெனியான **'Kripa Amateurs'**ல் நடித்துக் கொண்டிருந்தார். எங்கள் நாடகக் கம்பெனி **VKV Visions**ல் பார்ட்னராகவும் இருந்தார். பழகுவதற்கு இனிமையானவர். பெரியப்பா என்பதை விட, என் நல்ல நண்பர் எனலாம்.

'Crazy' Thoughts

ஒரு கலைஞன் இல்லாதபோதும் பெருமை தொடரலாம். ஆனால் அப்பெருமை அக்கலைஞன் இருந்தபோது உருவாக்கியது.

அவர் இப்போது இல்லை என்பது என் மனதிற்குள் பதிவாகவில்லை. 'கிரேசிக்கு ஒரு போன் போடலாமே' என்று ஒரு வினாடி சிந்தனை தோன்றி மறைவதும் உண்டு.

என் மனதிலும், என் தொடர்பு எண் பட்டியலிலும் அழியாத, அழிக்க முடியாத சில பெயர்கள் இருக்கின்றன. K B சார், நாகேஷ் சார், அனந்து சார், சந்திரஹாசன்... இப்போ மோகன். இது நட்பையும் தாண்டியது. அவரை மோகனஹாசன் என்றே சொல்லலாம்.

Crazy மோகன் is a simple man. 'இது நான் சொன்னது, இது நான் எழுதினது, இது என்னோடது' என்று அவருக்கு எந்த எண்ணமும் கிடையாது. தான் சிந்தித்தவற்றை, பக்கத்தில்

இருப்பவர்களுக்குக் கொடுப்பதில் அவருக்கு ஒருபோதும் எந்தத் தயக்கமும் இருந்ததே இல்லை. பேனாவைத் திறந்தால் எழுத்து வரும்.

வரும் என்கிற நம்பிக்கை இருப்பவர்களுக்கு மட்டும்தான் அந்தத் துணிச்சல் வரும். அவரிடம் நகைச்சுவை மட்டும்தான் இருந்ததே தவிர, போட்டி, பொறாமை, வீண் வம்பு என்று எதையும் நான் பார்த்தது இல்லை.

அவருடைய craziness ஒரு ஒட்டுவாரொட்டி. எனக்கும் அந்த வியாதி உண்டு. அதை நான் சந்தோஷமாகப் பயன்படுத்திக்கொண்டு இருக்கிறேன்.

மோகன் மாதிரி tangential-ஆக humour யோசிக்கிற ஆள் ‘யாம் அறிந்த இந்தியாவிலே எங்கும் காணோம்.’ இதை பாரதி சொன்ன அதே திமிருடனேயே நானும் சொல்கிறேன்.

நாகேஷ், மௌலி, நான், மோகன் எல்லாம் ஒரு lineage. I definitely think a connecting wire runs between us. என் கதையில், அவர் கதை கொஞ்சம் கலக்காமல் இருக்காது. மோகன் கதையில் மௌலி சார் கதை கலக்காமல் இருக்காது.

இந்தியாவின் பெரிய காமெடி writer Mohan. ஆனால் உள்ளுக்குள் சீரியஸான ஆள். அவரது சீரியஸ் முகத்தை அவர் வெளியே கொண்டுவரவே இல்லை என்கிற என் வருத்தத்துக்கு பதில்தான் அவரோட ‘ரமணாயணம்’.

பொதுவாக சுடுகாடு என்பது முடிவைக் குறிக்கும். ஆனால் St. Mary's இடுகாட்டில் ஆரம்பித்த எங்கள் நட்பு, இன்றும் என்றும் Mohan அவர்களின் நகைச்சுவையைப் போல காலத்தால் அழியாதிருக்கும்.

கமல்ஹாசன்

22.08.2024

வாழ்த்துரை

திரு. கிரேஸி மோகன் அவர்களின் எழுத்தாற்றல் தனி பிரசித்தி உடையது. அவரை சுமார் 33 வருடத்திற்கு முன்பாக எனது நண்பர் திரு இராமநாதன் (பழம்பெரும் கர்நாடக சங்கீத வித்வான் திரு. ராம்நாத் அவர்களின் மகன்) அவர்களால் அறிமுகப்படுத்தப் பட்டேன். திரு. மோகன் அவர்களின் எழுத்தாற்றல், வசனம் என்றும் ஒரு unbelievable humour with profound message. மேலும் அவரது பாணியில் வம்புகளுக்குக் கண்டிப்பாக இடமில்லை. இது யார் மனதையும் புண்படுத்தாத humour. சிறிய குழந்தைகள் முதல் வயதானவர்கள் வரை ஈர்க்கும் இவரது பாணி. திரு. கிரேஸி மோகன் had a very great value system with which he lived, has made him a distinct human being.

Very happy to note that his able brother Mr. Madhu Balaji along with Crazy Creations team are carrying the legacy of Mr. Mohan with young fresh talents, thus keeping his humour and dialogues alive for next generation. This book containing Mohan's work is a great tribute for his contribution.

ரவி அப்பாசாமி

இந்த நாடகம்

It has been a rewarding year for Tamil theatre, with many new groups entering the fray and staging plays that are technology-driven. The audience, too, is ready for such productions.

Despite many hurdles, Crazy Creations has had consistent success and is now in its 37th year. Retaining most of the actors who joined the group in its founding days, the troupe launched its latest laugh riot, 'Google Gadothgajan', where Crazy Mohan has scripted both story and dialogue.

Mohan's play is meant for children of all ages, which incidentally ensures a full house, as children have to be escorted by grown-ups.

The play comes packed with Mohan's typical word play, interspersed with some rather juvenile jokes. Clearly, he has not yet gotten out of the Krishna mode he donned for 'Chocolate

Krishna.' Here, too, he appears as Krishna in the beginning and the end, but it's his role as Gadothgajan (costume designed by cartoonist Keshav) that steals children's hearts.

The story is typically Crazy. The hero goes through a considerable scrimmage to marry his first love, fighting his close friend who is also trying to woo the same girl.

As is Mohan's wont, impersonation again rules the roost. Even the bears (make-up by Natarajan) interchange roles! Finally, Gadothgajan befriends the hero Madhu and helps him win his sweetheart.

Crazy Mohan is in his elements as Gadothgajan and Lord Krishna while his brother Balaji essays his role easily. Noteworthy performances by Sundararajan as Kausalya patti and Appa Ramesh as Beggar Ramanujam help sustain the momentum.

Yet another segment the children will enjoy is the scene where Superstar Rajinikanth, Sachin Tendulkar and Amitabh Bachchan 'greet' Madhu. Badava Gopi has mimicked their voices with perfection. Neelu's love for the stage is evident in the one scene he appears as the roadside laptop peddler.

S.B. Khanthan has directed the play, which ends on a philosophical note, which might leave the children a bit perplexed but is a good message for the grown-ups. He has beautifully used P. Suseela's old song, 'Kadhal Siragai', in the play and the manner in which Kausalya patti transforms herself into a 16-year-old girl must get special mention.

After the show, Crazy Mohan was ready for a quick chat. "I have to capitalise on my strength which is comedy. Now I have reached the stage where I have to live up to my brand image." Talking about 'Chocolate Krishna', one of the most successful plays in recent times, which will soon reach 1000 shows, Mohan says it had a huge influence on him, which is why he decided to reprise the role in 'Google Gadothgajan'.

Interestingly, he has completed a set of verses on Lord Krishna in a book titled Kannan Anuboothi .

"The Crazy group is my extended family and the camaraderie I enjoy with the group is the reason for my success," says Mohan, as he poses for selfies with fans.

- The Hindu

Thank You...

I thank our sponsors - **Appaswamy Real Estates, iSolve, The India Cements Limited, Leap Sports and Chennai Super Kings** - for having sponsored our stage plays for the past 35 years.

- Maadhu Balaji

I also appreciate the help of Shri. S. L. Nanu, Smt. Uthra Srinivasan and Smt. Shiela Srinivasan in bringing out this book.

அல்லயன்ஸ்ஸுடன் அல்லயன்ஸ்...

125 வருஷங்களாக இருக்கும் அல்லயன்ஸ் கம்பெனியுடன் எங்களுக்கு ரொம்ப வருஷங்களாகத் தொடர்பு உண்டு. எங்க அப்பா மைலாப்பூர் பிராஞ்ச் இந்தியன் பாங்க்ல அக்கௌண்ட்டண்ட்டா இருந்த காலத்துலேந்தே தொடர்பு உண்டு. அங்கிருந்து நிறைய புஸ்தகங்களை வாங்கி படிச்சிருக்கார்... விரும்பி கேட்டு வாங்கிப் படிப்பார். ஸ்ரீநிவாஸனுடைய அப்பாகிட்டயும், ஸ்ரீநிவாஸன்கிட்டயும் கேட்டு வாங்கிப்பார். ஏன்னா, எங்க அப்பாவுக்கு படிக்கற ஆர்வம் ரொம்ப உண்டு. எங்க அப்பா மாதிரியே மோகனுக்கும் படிக்கற ஆர்வம் இருந்து, அவனும் அல்லயன்ஸ் கம்பெனிலேந்து நிறைய வாங்கி படிப்பான்.

மோகன் எழுத ஆரம்பித்து, ஒரு கட்டத்துல, மைலாப்பூர்ல ஸ்ரீநிவாஸனை சந்திக்கறச்சே எல்லாம், 'சீனு...! நான் உங்க ஆபீஸுக்கு வரேன்... வரேன்...! எங்க டிராமாவ எல்லாம் புஸ்தகமாப் போடணும்' என்று சொல்லிக் கொண்டே இருப்பான். ஸ்ரீநிவாஸன் சாரும் 'வாங்க சார்... வாங்க சார்...'ன்னு சொல்லிக் கொண்டே இருப்பார். சோ சாரும் மோகன் கிட்ட, 'உன் புஸ்தகங்களை யெல்லாம் அல்லயன்ஸ் மூலமா கொண்டு வா. பாதுகாப்பா இருக்கும். நாளைக்கு வருங்கால சந்ததியினருக்கு மிகவும் usefulஆ இருக்கும்' என்று ஒரு தடவை சொன்னார்.

இந்த முயற்சி ரொம்ப நாளா நடந்துண்டே இருந்தது. எல்லாத்துக்கும் மேல மோகன் தன்னுடைய 'டைரி'யில எழுதி வெச்சிருந்தான். அதை நான் மோகன் இறந்து போனதுக்கப்புறம்தான் பார்த்தேன். 'என்னுடைய எழுத்துக்கள் அனைத்தும், நாடகங்கள் மட்டுமல்ல, அனைத்து எழுத்துக்களும் அல்லயன்ஸ் கம்பெனி மூலம்தான் வெளிவரவேண்டும்' என்று எழுதியிருந்தான். ஆனால், முன்னாடி நாங்கள் ஓரிரு புத்தகங்களை வேறு சில பதிப்பகங்களுக்குக் கொடுத்திருந்தோம். அதையெல்லாம் கூட, அவர்களிடம் அனுமதி பெற்று, அல்லயன்ஸ் கிட்ட கொடுத்திருக்கேன். என்ன காரணம்னா, என்னுடைய future generation பேரன்... கொள்ளு பேரன்.... இவங்களெல்லாம் மைலாப்பூர்லதான் naturalஆ வாழப் போறாங்க. இல்லை... வேற எங்கயாவது இருந்தாக்கூட, இந்தப் பக்கம் வந்தால், அவங்களுக்கு தாத்தாவோட contributions வேணும்னா அவர்கள்

அல்லயன்ஸுக்குப் போய் வாங்கிக் கொள்ளலாம். ஒரே இடத்துல எல்லாம் இருந்துதுன்னா சௌகரியமா இருக்கும். அதனாலதான் நான் உடனடியாக ஸ்ரீநிவாஸனிடம் தொடர்பு கொண்டு, வேலையைத் துவக்கினோம்.

ஸ்ரீநிவாஸனுடைய மகன் பிரஷாந்த்தான் என்னுடன் co-ordinate பண்ணினார். Excellent person. அதாவது கண்டிப்பா அல்லயன்ஸ் ஒரு 70…80… வருஷங்களுக்கு Solidஆ இருக்கப் போறதுங்கறதுக்கு உதாரணம் பிரஷாந்த். ஒவ்வொரு விஷயத்தையும் கேட்டுக் கேட்டு, அவ்வளவு நன்றாக வேலை செய்கிறான். இது எனக்கு மிகவும் சந்தோஷம். ஏன்னா.. வேலை ரொம்ப speedஆக நடக்கிறது. மோகனுடைய எழுத்துக்கள் அனைத்தும் புஸ்தக வடிவில், அல்லயன்ஸ் மூலம் வெளிவரும்.

சோ அவர்கள் சொன்ன 'ஜோக்' ஒண்ணுதான் ஞாபகத்துக்கு வருது. 'ஜெனரல்லா அல்லயன்ஸ்னாக்கா ஒரு எலக்ஷன் வரைக்கும் கூட தாங்காது. நூறு ஆண்டுகள் தாங்கின அல்லயன்ஸ் இந்தியாவிலேயே இது ஒண்ணுதான் இருக்கும்.' சோ சொன்னதையேதான் நானும் சொல்றேன். எங்கள் கிரேஸி மோகன், கிரேஸி கிரியேஷன்ஸ் கூட வந்த அல்லயன்ஸ் காலம் முழுவதும் நீடிக்கும் என்று உறுதியாக சொல்கிறேன்.

மாது பாலாஜி

இயக்குனரின் பார்வை

தான் காதலித்த பெண்ணைப் பெரும் தடைகளை மீறி கல்யாணம் செய்வது எப்படி என்று மாது, சாக்லேட் கிருஷ்ணாவை வேண்ட, அதற்கு அவர், 'இந்த மாதிரி காதல் கீதல் விவகாரங்களுக்கு உதவ என்னால் முடியாது... கடோத்கஜனை அணுகவும்' என்று கூற, மாது Google Search செய்து கடோத்கஜனை Download செய்கிறான்.

காதல் தடைகளைக் கடோத்கஜன் எப்படி எப்படி எல்லாம் சில்மிஷங்கள் செய்து தீர்த்து, மாதுவின் கல்யாணத்தில் முடிக்கிறான் என்று வயிறு குலுங்க சிரித்துச் சிரித்து மக்கள் கண்டு ரசித்த நாடகம் இது.

சோ அவர்கள் குழுவைச் சேர்ந்த Veteran நீலு அவர்கள் எங்கள் குழுவில் சேர்ந்து 'சாக்லேட் கிருஷ்ணா' நாடகத்தில் முதன் முதல் ஒரு சிறிய வேடத்தில் நடித்தாலும் இந்த 'கூகுள் கடோத்கஜன்' நாடகத்தில் தான் பெரிய வேடம் ஏற்று நடித்தார். 'சாக்லேட் கிருஷ்ணா'வில் விதவைப் பாட்டியாக நடித்த சுந்தரராஜன் இந்த நாடகத்தில் சுமங்கலிப் பாட்டியாக Colourful வேடத்தில் களை கட்டினார்.

கடவுள் கிருஷ்ணாவாகவும் அரக்கன் கடோத்கஜனாகவும் சிறப்பு செய்த கிரேஸி மோகன் அவர்களை நிஜ வாழ்வில் அந்த கிருஷ்ணாவே தன்னிடம் அழைத்துக் கொண்டார்.

S.B. காந்தன்

மோகனுடன் நான்...

நமஸ்தே!

சில வாய்ப்புகள், வரங்கள். நம்மை impress செய்த ஒருவரை பற்றி express செய்ய வாய்ப்பு கிடைப்பதும் அப்படி ஒரு வரமே. impress செய்வதற்கே அப்படி என்றால், inspire செய்து அதன் மூலம் பல சிந்தனைகளை inculcate பண்ணியவருக்கு எழுத்துக்களால் நான் கூறும் சிறிய நன்றி இது.

Google கடோத்கஜன்

உலகம் முழுவதும் மிகப்பெரிய discussion. நம் பாரம்பரியத்தை (tradition) எப்படி புதுமையோடு (modernisation) இணைப்பது. இந்த தலைப்பே ஒரு பெரிய துவக்கம். இந்த தலைப்பின் இரண்டு வார்த்தைகளும் தெரியாத நபர்களே கிடையாது. இத்தனைக்கும் இரண்டுக்கும் சம்பந்தமோ or direct linkகோ இல்லை. ‘crazy intelligence’ இந்த ‘Google கடோத்கஜன்’ தலைப்பில் தெரிகிறது என்றால் அதன் படைப்பாளி அப்படி என்று அர்த்தம்.

Chocolate Krishna என்ற மிகப்பெரிய (இது சாதாரண வார்த்தை அந்த successக்கு) Hit-Magnum Opus கொடுத்த பிறகு வந்த நாடகம் இது. ‘சாக்லேட் கிருஷ்ணா’வில் கிரேஸி மோகன் சார் கற்றுக்கொண்டு எங்கள் அனைவருக்கும் விட்டுச் சென்ற lesson ‘‘attract kids’’. அவரின் அந்த புரிதல் இந்த titleல் இருந்து ஆரம்பம். Complete Family Entertainerஆக, ஆறு வயதில் இருந்து 90 வயது வரை அனைவரும் ரசிக்க வேண்டும் என்று எழுதிய நாடகம். எல்லோருக்கும் ஒரு take away உண்டு.

உங்கள் வீட்டு ஹாலில் உட்கார்ந்து சத்தம் போட்டு படியுங்கள்; அனைவரும் ரசிப்பார்கள்.

Crazy Mohan...

'மோகனம்' என்ற தமிழ் வார்த்தைக்கு பல அர்த்தங்கள் உண்டு. அழகு, மயக்குவது, ஈர்ப்பது என்று சொல்லிக் கொண்டே போகலாம். இவர் எனக்கு 'கிரேஸி மோகனம்'.

இவரின் வரிகள் என்னை ஈர்க்கும்...

இவரின் நாடகம் என்னை வியக்க வைக்கும்...

இவரின் flowவில் நான் மயங்காத நாள் இல்லை...

இவரின் பேச்சில் ஒரு தீராத அழகு இருக்கும்.

பல பேர், பல வகையில் சாதித்து இருந்தாலும் அதில் சில பேர் மட்டுமே சாதனைக்கும் மேலே போய் trend setterஆக மாறுவார்கள். அப்படிப்பட்ட trendsetter இவர். ஒரு ஸ்கிரிப்ட் எழுதி விட்டு (or) frame செய்து, அதில் எப்படி humour புகுத்தலாம் என்பது ஒரு style. scriptடையே humorousசாக யோசிப்பது வேற ஒரு style. இரண்டாவது ஸ்டைலில் இவர் முன்னோடி, முடி சூடிய சக்கரவர்த்தி.

இவர் தன் நாடகங்களில் எடுத்துக்கொண்ட அத்தனை topicகும் very serious - பொய் பேசுவதால் வரும் பிரச்சனைகள், உதாசீனப்படுத்துவதால் வரும் விபரீதங்கள், வேலையில்லாத கவலை, இரண்டு குடும்பங்கள். ஆனால் அதை sugar coated pillலாக இல்லாமல் sugar ஆகவே கொடுத்ததுதான் இவரின் speciality. Inherent Humour - அதாவது காமெடிக்காக தனியாக scene வைக்காமல், தனியாக யோசிக்காமல் அப்படியே scriptஓட ஒட்டி ஒவ்வொரு dialogueலும் கொண்டுவந்து வெளிப்படுத்திய விதம் - பிரமிக்க வைக்கிறது.

Slapstick comedy என்ற ஒரு வகை உண்டு. ஆரம்ப நாட்களில் உடல் மொழியால் ஏற்படும் காமெடி இந்த வகைப்படும். பின்பு கொஞ்சம் silly joke slapstick என்ற வகையில் கூற ஆரம்பித்தார்கள். இவர் அந்த trendஐ மாத்தினார். ஒரு silly joke with high intelligence கொண்டு வந்து slapstick comedyஐ மேம்படுத்தியவர்.

உங்க வயசு என்ன 25 இருக்குமா?

1 சேர்த்துக்கோங்க...

251ஆ...

Classic example of high intelligence. இதை போல் பல jokes கொட்டினார். அவையே நிறைய trend ஆனது... He made comedy into a serious business model.

'Error of confusion' என்ற ஒரு வாக்கியம் உண்டு. அதற்கு யாராவது meaning எழுத வேண்டுமென்றால் 'crazy mohan' என்று எழுதலாம். அவருக்கு பின்னால் வந்த எல்லா எழுத்தாளர்களுக்கும் ஒரு error of confusion scene எழுத வேண்டும் என்றால், கிரேஸி மோகனை மனதில் நினைத்துக் கொண்டு பேனாவை திறப்போம்.

சினிமாவில் அவர் விட்டுச் சென்ற இடம் இன்னும் நிரப்பப்படவில்லை. இன்னும் எத்தனை ஆண்டுகள் ஆகும் என்றும் தெரியவில்லை. Feel Good Family Entertainer என்று பெருசாக எழுதாமல் கிரேஸி மோகன் என்று எழுதினால் போதும்.

அவர் ஒரு bench mark விட்டு சென்று இருக்கிறார். அதை தாண்டுவதைப் பற்றி அப்புறம் யோசிக்கலாம் - அதை தொடுவதற்கு முயற்சிப்போம்.

இலக்கியம், ஆன்மீகம், அறிவியல், culture, tradition, இப்படி அவர் தொடாத விஷயமே இல்லை. இதை எல்லாம் ஒரு homourist ஆக அவர் சொல்லும் போது தேன் சுரக்கும்.

நிறுத்த என் பேனா மறுக்கிறது - அடுத்த வாய்ப்பு வரும் என்ற நம்பிக்கையில் நிறுத்துகிறேன்.

கர்நாடக சங்கீதத்தில் 'மோகனம்' என்ற ராகத்தில் கிரிதர கோபாலா என்ற ஒரு famous பாட்டு வரும். அதில் வரும் இந்த வரிகள் கிரேஸி மோகனையே குறிக்கும் -

''நந்தகுமாரா மன (கிரேஸி) மோகனா தாரா''

Our heart leaps thinking of you...

Srivathsan

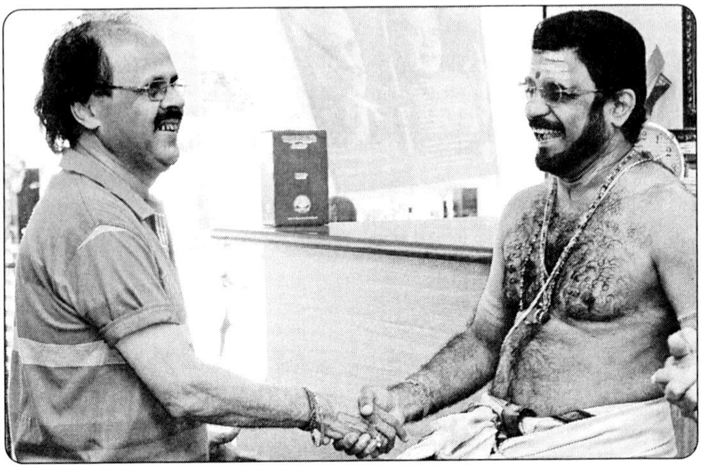

பாலாஜி கிட்ட பேசிட்டேன்

'சீனு! நான் கமலோட டிஸ்கஷன் டிஸ்கஷன்னு ரொம்ப பிஸியா இருக்கேன். ஆனால் பாலாஜி கிட்ட பேசிட்டேன். அவனை 'ஸ்க்ரிப்ட்' எல்லாம் எடுத்துண்டு வந்து உன்கிட்ட கொடுத்திட சொல்லியிருக்கேன்.' நான் எப்போதெல்லாம் மோகனைப் பார்க்கிறேனோ, அப்போதெல்லாம் அவரிடமிருந்து வரக் கூடிய பதில். மயிலாப்பூர் மாட வீதியில் உள்ள வெற்றிலை கடையாகட்டும், விழாவாகட்டும், நாங்கள் இருவரும் இருந்த விழா மேடையாகட்டும், திருமண நிகழ்ச்சியாகட்டும் எங்கு பார்த்தாலும் இதே பதில்தான்.

எனக்கும் மோகனுக்கும் 1992 முதலிலேயே தொடர்பு ஏற்பட்டது. அப்போது நாங்கள் 'சோ' அவர்களின் நாடகங்கள், கதைகள் எல்லாவற்றையும் புத்தகங்களாக வெளியிட ஆரம்பித்தோம். தமிழ் நாடக உலகில் பிரபலமாக இருந்த ஒய்.ஜி. மகேந்திரன், மௌலி, விசு, மெரீனா, எஸ்.வி.சேகர், கிரேஸி மோகன் போன்றவர்களின் நாடகங்களை எல்லாம் புத்தக வடிவில் கொண்டு வர எண்ணி, ஒவ்வொருவராக அவர்களது வீட்டிலேயே சென்று சந்தித்தேன். இவர்களில் சோ, மெரீனா ஆகியோரது நாடகங்களை வெளியிட்டோம். ஆனால், மற்றவர்கள் எல்லாம் அப்போதுதான் நாடகத்தில் வெற்றி பெற்று சினிமாவில் காலடி வைத்து மிகவும் பிஸியாக இருந்தார்கள். அந்த நேரத்தில்தான் எஸ்.வி. சேகரின் நாடகங்கள் எல்லாவற்றையும் ஒரே சமயத்தில், அன்றைய முதல்வர் ஜெயலலிதா வெளியிட்டார்.

சினிமாவில் நுழைந்த நாடக வெற்றியாளர்கள், அப்போது சென்னை தொலைக்காட்சியிலும் மிகவும் பிஸியாக இருந்தார்கள். இந்தச் சமயங்களிலும் மோகனை சந்திக்கும் போதெல்லாம், 'சீனு! பாலாஜி கிட்ட சொல்லிட்டேன்' என்ற பதில்தான். எவ்வளவு பிஸியாக இருந்தாலும் மோகன் நின்று பேசி விட்டுப் போவதோடு, எங்கள் வீட்டு மங்கல நிகழ்ச்சி, எங்கள் நிறுவன புதிய கட்டிட திறப்பு விழா, எங்கள் அலுவலகத்திற்கு ஸ்ரீ காஞ்சி பெரியவர் விஜயம் போன்ற நிகழ்ச்சிகளுக்குத் தவறாமல் வந்து விடுவார்.

ஒரு சமயம் சென்னை புத்தகக் காட்சியில் நான் செயலாளராக இருந்த போது, மோகனை சிறப்புப் பேச்சாளராக அழைத்திருந் தேன். அன்று நல்ல மழை. எல்லோரும் இந்த நிகழ்ச்சி ரத்து ஆகி விடும் என்று எண்ணினர். ஆனால், மோகனுடைய பேச்சைக் கேட்க வந்திருந்த கூட்டத்தைப் பார்த்ததும், குடையை பிடித்துக் கொண்டு, மோகன் மேடையேறி, 'மழை பெரியதாக இருக்கிறது. மழையை விட நீங்கள் அதிகமாக இருக்கிறீர்கள். நீங்கள் பேசச் சொன்னால் நான் பேசுகிறேன்' என்று 'மைக்'ல் பேசியவுடன், கூட்டத்தினரும் குடையுடன் பேச்சை ஆர்வமுடன் கேட்கத் தொடங்கினர். இயற்கை மழையுடன், நகைச்சுவை மழையையும் சேர்த்து அறுசுவை அவியல் போல் மக்கள் ரசித்தனர். மறக்க முடியாத நிகழ்ச்சி இது. மோகனுக்கும் மிகவும் மகிழ்ச்சி.

அங்கேயும் புறப்படும் போது, 'சீனு! பாலாஜிகிட்ட சொல்லிட் டேன்' என்ற பதில்தான். நாட்கள், மாதங்கள், வருடங்கள் ஓடின. மோகனும் சிரித்து, சிரிக்க வைத்து இயற்கை எய்தி விட்டார். பிறகு பாலாஜியை, கபாலி கோயிலில் சந்திப்பேன். நீண்ட நேரம் பேசுவோம், பேசுவோம், பேசிக் கொண்டேயிருப்போம். இப்படியே ஒரு சில வருடங்கள் ஓடின. எல்லாவற்றிற்கும் நேரம் வர வேண்டுமே! இப்போதுதான் வந்தது. அதுவும் சாதாரணமாக இல்லை. பாலாஜி தங்களது நாடக ஸ்க்ரிப்டையெல்லாம் தேடும் போது, மோகன் எழுதிய டைரியை படித்து, உடனே எனக்கு போன் செய்து, 'சீனு! மோகன் தன் டைரியிலேயே, 'என்னுடைய புத்தகங்கள் எல்லாம் அல்லயன்ஸ் கம்பெனியில் தான் வர வேண்டும்' என்று எழுதியிருக்கான் என்று தழுதழுத்துக் கூறினார். டைரி மூலமாக தனது நிலையை தெரிவித்த மோகனுக்கும், அதை என்னிடம் அன்புடன் தெரிவித்த பாலாஜிக்கும் எனது மனமார்ந்த நன்றி. கிரேஸி மோகன் பாலாஜியிடம் பேசி விட்டார்; பாலாஜியும் ஸ்க்ரிப்டையெல்லாம் தந்து விட்டார்; புத்தகங்களும் வந்து விட்டன. வாசகர்கள் எல்லாவற்றையும் வாங்கி ஆதரவு தெரிவிப்பார்கள் என நிச்சயம் நம்புகிறேன்.

அல்லயன்ஸ் ஸ்ரீநிவாஸன்

125வது ஆண்டில்...

தமிழில் நல்ல நூல்களை வெளியிட்டு வரும் அல்லயன்ஸ் ஸ்தாபகர் ஸ்ரீ வி. குப்புஸ்வாமி ஐயரை நான் பாராட்டுகின்றேன்.

– மகாத்மா காந்தி

நீதிகளைக் கற்பிக்கும் சிறுகதைகளையும், புதிய நாடகங்களையும், பல மொழிபெயர்ப்புக்களையும், இன்னும் பல விஷயங்களையும் எளிய அழகிய நடையில் வெளியிட்டுவரும் அல்லயன்ஸாரை நான் பாராட்டுகின்றேன்.

– மகாமகோபாத்தியாய டாக்டர் உ. வே. சுவாமிநாத ஐயர்

தமிழில் பல அழகிய புத்தகங்களை வெளியிட்டுவரும் அல்லயன்ஸாருக்கு நன்றி செலுத்தி அவர்களைத் தமிழ் மக்கள் ஆதரிக்க வேண்டுகின்றேன்.

– சி. ராஜகோபாலாச்சாரி

உலக சிரேஷ்டர்களின் சரிதையை எழுதுவதும் படிப்பதும் நமக்கு நல்லதையே செய்யும். அறிவை ஊட்டுவதற்கு இதுபோன்ற நூல்கள் பேருதவியாக இருக்கும். அல்லயன்ஸ் கம்பெனியாரோ பல பெரியோர்களின் சரித்திரத்தை வெளியிட்டவர்கள். மக்கள் நன்மையைக் கருதி உயர்ந்த நூல்களை வெளியிடும் அல்லயன்ஸ் கம்பெனியாருக்கு தக்க ஆதரவு கிடைக்குமென நம்புகிறேன். வந்தே மாதரம்.

– எஸ். சத்தியமூர்த்தி

இம்மாதிரியான புத்தகங்களை நமது பள்ளிகளில் இருக்கும் மாணவர்களுக்குக் கொடுப்பது அவசியம். இவைகளின் வழியாக நமது இளைஞர்கள் தேச சேவையைச் செவ்வையாகக் கற்றுக் கொள்ளலாம். இதுபோன்ற நூல்களை வெளியிடும் அல்லயன்ஸ் கம்பெனியாருக்கு தமிழ்நாடு என்றும் கடமைப்பட்டுள்ளது.

– முன்னாள் மத்திய மந்திரி டாக்டர் ப. சுப்பராயன்

நம் நாட்டுக்கு ஏற்பட்ட தனிப்பெருஞ் செல்வம் அதற்குக் கிடைத்த தலைவர்கள் என்று சொல்லலாம். வேறு எந்த நாட்டிற்கும் கிடைக்காத தலைமை நமக்கு உண்டு. தக்க சமயம் பார்த்து அல்லயன்ஸ் கம்பெனியார் இதுபோன்ற தேசபக்தர் நூல்களை வெளியிடுவதை நான் பாராட்டுகின்றேன்.

– முன்னாள் முதலமைச்சர் எம். பக்தவத்சலம்

தற்போது அல்லயன்ஸ் கம்பெனியார் தமிழ் உலகத்திற்குத் தந்துள்ள இதுபோன்ற அரிய ஜீவிய சரித்திரம் உண்மையில் நமது நாட்டிற்கு படிப்பினையை பூர்வாங்கமேனும் அடைவதற்குப் பெரிதும் உபயோகமாக இருக்குமென்று நான் நிச்சயமாக நம்புகிறேன்.

– 'ஹிந்து' முன்னாள் ஆசிரியர் ஏ. அரங்கசாமி ஐயங்கார்

தலைவர்களின் வாழ்க்கைச் சரித்திரப் புத்தகங்கள் எந்த இலக்கியத்திலும் ஒரு முக்கிய அம்சமாகும். அல்லயன்ஸ் கம்பெனியார் மற்ற பிரசுரகர்த்தர்களைவிட அதிகமான வாழ்க்கைச் சரித்திரப் புத்தகங்களை வெளியிட்டு, இந்திய சுதந்திரப் போராட்டத்தை இதன் மூலம் ஊக்குவித்தனர்.

– 'தினமணி' முன்னாள் ஆசிரியர் ஏ.என். சிவராமன்

நமது பிற்கால சந்ததிகள் தெரிந்து கொள்ளுவதற்காகத் திறம்பட நமது பெரியோர்களின் சரிதைகளை சரியாக எழுதி வைக்கும் வழக்கம் நமது தேசத்தில் இல்லாமலிருந்து வருவது வருந்தத்தக்கதாகும். இந்தக் குறையைத் திறம்பட போக்கி வரும் அல்லயன்ஸ் கம்பெனியார் நமது பாராட்டுதலுக்கும் நன்றிக்கும் உரியவர்களாகிறார்கள்.

– ஆர்.கே. ஷண்முகம் செட்டியார்

தேச பக்தர்களின் நூல்களை மிகவும் உயர்ந்த முறையில் பிரசுரித்திருக்கிறார்கள்.

- ஆனந்த விகடன்

நல்ல புத்தகங்களை, தகுந்த ஆசிரியர்களைக் கொண்டு எழுதி வெளியிடும் தன்மையில் அல்லயன்ஸ் கம்பெனியார் சிறந்தவர்கள். இத்தகைய பொறுப்பும் பிரயோஜனமுமான வேலையை அல்லயன்ஸ் கம்பெனியார் மேலும் மேற்கொள்வார்களாக.

- குமரன் (பத்திரிகை)

அல்லயன்ஸ் கம்பெனியாரது ஊக்கம் மேன்மேலும் அதிகரிக்கும் வண்ணம் தமிழ் மக்கள் இதுபோன்ற தேசபக்தர்களின் புத்தகங்களுக்கு ஆதரவு அளிப்பார்கள் என நம்புகிறோம்.

- சுதேசமித்திரன்

மிகவும் சொற்ப விலையில் இப்புத்தகத்தை பிரசுரிக்க அல்லயன்ஸ் கம்பெனியார் முன்வந்திருக்கிறபடியால், அவர்களுடைய எதிர்கால தேசிய சேவைக்கு ஊக்கங் கொடுக்கும் விதத்தில், இப்புத்தகத்தைத் தமிழர்கள் ஏராளமாய் வாங்கி ஆதரிப்பார்களென்று நம்புகிறேன்.

- 'தினமணி' முன்னாள் ஆசிரியர் டி.எஸ். சொக்கலிங்கம்

The publishers have done a service to Tamil Nadu by publishing in Tamil the biography of one who was the foremost leader of Indian opinion in modern times - Mahatmaji - whose sacrifices and services in the cause of the country were unprecedented.

- The Hindu

We trust that the students and youth will make the best use of the Publication.

- The Indian Express

No library of modern literature will be complete, it can be safely affirmed, without the excellent books of The Alliance Company.

- The Free Press

The Alliance Co., that enterprising publishers of Madras deserves the thanks of all lovers of Tamil for the service to the language.

- Sunday Times

மயிலை அல்லயன்ஸ் கம்பெனியாரின் வெளியீட்டுத் திறத்தை ஈண்டு விரித்துக் கூறவேண்டியதில்லை. அதை நாடறியும். அவர்களால் வெளியிடப்பெற்ற நூல்கள் தமிழ் நாட்டுக்குப் பலவகைகளிலும் பயன் விளைத்து வருவது கண்கூடு. நாட்டு நலங்கருதி ஒழுங்கு முறையில் உழைக்கும் அவர்களுக்கு நாடு கடமைப்படுவதாக.

- திரு. வி. க.

அல்லயன்ஸார் யாதொரு இடையூற்றையும் பொருட்படுத்தாது சிறிதும் ஊக்கம் குன்றாது நடத்திவரும் இந்த நிறுவனத்தின் மூலம் ஈடு செய்ய முடியாத அளவிற்குத் தமிழிற்குச் செய்திருக்கும் தொண்டு மிகவும் வியந்து பாராட்டுதற்குரியது.

- பெ. நா. அப்புஸ்வாமி

Books Published by Alliance Co., are highly popular books.

- Rt. Hon'ble V. S. Srinivasa Sastri

கூகுள் கடோத்கஜன்

காட்சி-1

கற்பனையான வைகுண்ட லோகம்

(திரை விலக... இருட்டில் இரு பெண்கள் குரல்)

ருக்மணி : அம்மா எல்லாம் நல்லபடியா நடக்க அருள் புரிம்மா...

யசோதா : கூப்ப்ட்டயா...

ருக்மணி : இல்லையே...

யசோதா : அம்மா...எல்லாம் நல்லபடியா நடக்க அருள் புரிம்மான்னு சொன்னியேடி....

ருக்மணி : நான் அம்மான்னு கூப்ட்டது எங்கம்மாவ...

யசோதா : நான்தானே உங்கம்மா...

ருக்மணி : ஹலோ, நீங்க என் மாமியார்...

யசோதா : உன் புருஷன 10 மாசம் சுமந்து பெத்தவடி...

ருக்மணி : மத்தவங்கள்ளாம் என்ன போர்ட்டர் வச்சா சுமந்தாங்க! ஆமாம்...மேரேஜஸ்தான் மேட் இன் சொர்க்கம்... நாட் இன் கேரேஜெஸ்...

யசோதா : கேரேஜஸ்ஸா...

ருக்மணி : சுமந்தேன் சுமந்தேன்னு அடிச்சுண்டீங்களே... அதான் கேரி பண்ணா கேரேஜஸ்தானே.... ஹலோ கேரேஜஸ் ஆர் மேட் இன் ICF ரெயில்வே Coach factory.

யசோதா : டேய், நீ மட்டும் அந்த பரதேசிக்கு பணம் கொடுத்தே... நடக்கறதே வேற...

(கிருஷ்ணர் மேடைக்குள் நுழைந்து)

கிருஷ்ணர் : அய்யய்யய்யய்யய்யய்ய... பொழுது விடிஞ்சா போதும்... இந்த மாமியார் மாட்டுப்பொண்ணு சண்டையில் என் பிராணன் போறது... சாரி அர்ஜுனா...

குசேலர் : எப்ப பாரு உனக்கு அர்ஜுனன் ஞாபகம்தான்... நான் குசேலன்பா...

கிருஷ்ணர் : சரிடா... எல்லாத்துக்கும் அர்ஜுனன் மாதிரி அழாத... கீதை சொன்னா அவன் போயிடுவான்... நீ காசுன்னா கேப்பே... பிரச்னையே அதான்... அம்மா ருக்மணி...

யசோதா : அம்மா ருக்மணி இல்லடா... அம்மா யசோதாதை என் பேரு...

கிருஷ்ணர் : ஆமாம்... இதுல ஒண்ணும் குறைச்சல் இல்ல... நீ என்ன பெத்த அம்மாவா... after all adopted motherதானே... அந்த இவனை கொல்றதுக்காக ஜெயில்லேர்ந்து தப்பிச்சுண்டு வந்தேனே... யாருப்பா அது... சட்டுனு அவன் பேர் வர மாட்டேங்குதே...

குசேலர் : என்ன கிருஷ்ணா... கம்சனையே மறந்துட்டியே...

கிருஷ்ணர் : அது என்னப்பா கம்பெனி பேரை இல்ல வெச்சுண்டிருக்கான்... கம்சன் சிம்சன் TVS Ashok Leylandனு பேர் வெச்சுண்டா எவன்யா ஞாபகம் வெச்சுக்கறது... மாது... கடவுளா பொறந்து நான் படற கஷ்டத்த பாத்தியா... இதுக்கொரு விமோசனமே கிடையாதா... நீதாம்பா எனக்கு உதவி பண்ணணும்... *(மாதுவின் அதிரடி entry)* அட... இப்பதாம்பா உன் போட்டோகிட்ட பேசிக்கிட்டு இருந்தேன்... உடனே வந்துட்டியே... உனக்கு நூறு ஆயுசு...

மாது : கிருஷ்ணா... எனக்கு நூறு ஆயுசுலாம் வேண்டாம்...

எனக்கு சீக்கிரமே கல்யாணம் ஆகணும்... தீர்க்கசுமங்கலி பவன்னு ஆசீர்வாதம் பண்ணு... ஓ... அது தப்போ... வேற ஏதோ ஒண்ணு வருமே... விவாக பிராக்ஸிரஸ்துவா...

கிருஷ்ணர் : கல்யாணத்துலலாம் ஏதுய்யா proxy... நீதான் பண்ணிக்கணும்... அது... விவாக பிராப்திரஸ்து...

மாது : சரி... அதைத்தான் ஆசீர்வாதம் பண்ணேன்...

கிருஷ்ணர் : வேண்டாம்பா... நான் படற கஷ்டத்தை பாக்கறல்ல... மாது... நீ மட்டும் என் பிரச்னையை தீத்து வெச்சே... நான் மந்தவெளிக்கு வந்து மொட்டை போடறேன்...

மாது : கிருஷ்ணா, நீ இப்ப நந்தலாலா இல்லை... நொந்தலாலா... இப்பிடி ஒரு கவலையா.... கிருதாலாம் நரைச்சிருக்கு...

கிருஷ்ணர் : கிருதா மட்டும் இல்ல... totalஆவே நரைதான்... உங்கிட்ட சொல்றதுக்கு என்ன... டை அடிச்சுண்டிருக்கேன்...

மாது : கடவுள்லாம் கூட டை அடிச்சுப்பாங்களா...?

கிருஷ்ணர் : எல்லாம் உண்டுப்பா... in fact... அந்த டையே எங்களுக்காகத்தான பண்றாங்க...

மாது : எந்த டை...

கிருஷ்ணர் : அதாம்பா... godrej...

மாது : ஆமாம்... இப்ப என்ன பிரச்னை உனக்கு...

கிருஷ்ணர் : எல்லாம் இத்தால...

மாது : யார் இது...

கிருஷ்ணர் : என் பால்ய பிரண்டு குசேலன்... அந்த காலத்துல நாங்க ஒண்ணா கிரிக்கெட் விளையாடுவோம்...

மாது : கிருஷ்ணா... இங்க கிரிக்கெட்லாம் கூட உண்டா...

கிருஷ்ணர் : என்ன இப்பிடி சொல்லிட்ட... இந்த IPLங்கற பேரே எங்களோடதுதான்... உங்க ஆளுங்க சுட்டாங்க...

மாது : சுட்டாங்களா...

கிருஷ்ணர் : ஆமாம்... திருடிட்டாங்க... எங்களது IPL... இந்திரலோக பரந்தாமன் லீக்... இதோ போட்டுக் கிட்டிருக்கேனே மஞ்சள் டிரஸ்... இது எங்க லீக் டிரஸ்...

மாது : சென்னை சூப்பர் கிங்ஸ் இந்த டிரஸ் கலரையும் சுட்டாங்களா....

கிருஷ்ணர் : In fact... இந்த இந்திரன் இருக்கானே பக்கிப் பய... four six அடிச்சா... ரம்பா ஊர்வசி திலோத்தமையை விட்டு cheerleader danceலாம் ஆட வைப்பான்...

மாது : நீயும் பதிலுக்கு யாரையாவது ஆட வைக்க வேண்டியதுதான... உனக்குத்தான் நிறைய பேர் இருக்காங்களே...

கிருஷ்ணர் : நான் இந்த கோபிகைகளை ஆடச் சொன்னேன்... அதுங்க உடனே பரத நாட்டியம்தான் ஆடுதுங்க... அது ஒரு trendyஆவே இல்லை...

மாது : சரி... பிரச்னைக்கு வருவோம்... இவர் யாருன்னு சொல்லவே இல்லியே...

கிருஷ்ணர் : அட... நீ பாகவதம் படிச்சதில்லியா... நம்ம சுசீலை புருஷன்...

மாது : சுசீலையா... எனக்கு பி.சுசீலாதான் தெரியும்...

குசேலர் : கிருஷ்ணா... நானே கேக்கணும்னு நினைச்சேன்... யார் சுசீலை...

கிருஷ்ணர் : பாத்தியா... இவனே சுசீலையை கேள்விப் பட்டதில்ல...

மாது : அடப்பாவி... உன் பொண்டாட்டியையே யாருன்னு கேக்கற...

கிருஷ்ணர் : ஏன் கேக்க மாட்டான்... கல்யாணம் ஆகி இருபத்தைஞ்சு வருஷத்துல இருபத்தேழு குழந்தைங்க... அவ முழுக்க முழுக்க பிள்ளை பெத்துக்கறதுக்காக அவ அப்பா வீட்டுலதான இருந்தா... இவனுக்கு அவ முகமே ஏதோ roughஆத்தான் ஞாபகம் இருக்கும்...

குசேலர் : அதையெல்லாம் விடுப்பா... கிருஷ்ணா... முதல்ல இதை புடி...

(டவலில் முடிந்த அவலை கொடுக்க)

மாது : என்னது இது...

கிருஷ்ணர் : அவல்...

மாது : அவலா... அவல்னு ஏதோ டவலை கொடுக்கறாரு...

கிருஷ்ணர் : அதாம்பா... அவலை டவல்ல போட்டு கொடுக்கறாரு...

(என்று அவன் முன் நீட்ட, மாது குமட்டியபடி)

மாது : ஏண்டா குசேலா... பத்து ரூபாய்க்கு அவல் வாங்கினியே... ரெண்டு ரூபாய்க்கு ஒரு carry bag வாங்கக்கூடாதா... இந்த டவல் கப்படிக்குது...

கிருஷ்ணர் : இன்னிக்கு மாமியார் மாட்டுப்பொண்ணு சண்டை பாழாப்போன இந்த அவல்தாம்பா... என் பொண்டாட்டி இவனுக்கு காசு கொடுக்கக் கூடாதுன்னு சொன்னா... என் அம்மா கொடுங்கறா...

குசேலர் : கிருஷ்ணா... எப்பவும் அம்மா சொல்றதைத்தான் கேக்கணும்...

கிருஷ்ணர் : இப்ப என் பொண்டாட்டி standஐ மாத்தினுட்டா... கொடுங்கறா...அவ கொடுன்னு சொன்னதுக் காகவே என் அம்மா கொடுக்காதேங்கறா... என்ன பண்ணட்டும்... அம்மா சொல்றதையே கேக்கட்டுமா...

குசேலர் : (பதறிப்போய்) இல்லல்ல... பொண்டாட்டி சொன்னதைத்தான் கேக்கணும்...

மாது : இவனை விடு கிருஷ்ணா... ... கொஞ்சம் ஓரமா நில்லுங்க... (குசேலன் ஒதுங்கிப் போய் நிற்க) இவன் பிரச்னையை விடு கிருஷ்ணா... என் பிரச்னையை பாரு...

கிருஷ்ணர் : உன் பிரச்னை என்ன...

மாது : straightஆ விஷயத்துக்கு வரேன்... நான் ஒரு

பொண்ணை லவ் பண்றேன்... அவளை கல்யாணம் பண்ணிக்கறதுக்கு ஆசைப்படறேன்...

கிருஷ்ணர் : மாது... ஒண்ணு சொல்றேன் நல்லா கேட்டுக்க... யாரை வேணும்னாலும் லவ் பண்ணு... ஆனா பொம்பளையை மட்டும் கல்யாணம் பண்ணிக்காத...

மாது : இப்பிடிலாம் சொன்னா என் பிரச்னை உனக்கு புரியாது... நீ வீட்டுக்கு வந்து நேர்ல பார் பிரச்னையை...

கிருஷ்ணர் : என் வீட்டுப் பிரச்னையை solve பண்ண உன்னை கூப்பிட்டா... நீ உன் வீட்டுப் பிரச்னைக்கு என்னை கூப்பிடறியே... நல்லா புரிஞ்சிக்க... கல்யாணத்துக்கு முன்னால வைஃபையா இருக்கறவங்க... கல்யாணத்துக்கு பின்னால வைஃப் ஆயிடுவாங்க... வைஃபைனா easyயா access பண்ணிக்கலாம்... வைஃப் ஆனபிறகு accessஏ கிடையாது... உன் signal weakஆ போயிடும்...

(Lights off)

காட்சி-2

ஜானகி வீடு

(பாட்டி கிருஷ்ணர் படத்துக்கு முன் நின்று வேண்டிக் கொண்டிருக்கிறாள்.)

பாட்டி : *அப்பா கிருஷ்ணா... உன்னைத்தான் நம்பியிருக்கேன்... என் பேத்தி ஜானகிக்கும் பார்த்திக்கும் கல்யாணத்தை நீதாம்பா நல்லபடியா முடிச்சு வைக்கணும்... இந்த முறைப்பையன் மாது எனக்குத்தான் ஜானகின்னு உங்கிட்ட வேண்டிப்பான்.... நீ வேண்டுதல் வேண்டாமை இலனு இருந்துடு...*

(பார்த்தி entry)

பார்த்தி : *பாட்டி... கிருஷ்ணர்கிட்ட என்ன தனியா வேண்டிக்கிட்டிருக்க...*

பாட்டி : *எல்லாம் உன் விஷயமாத்தான். உனக்கும் ஜானகிக்கும் கல்யாணத்துக்கு நாள் குறிக்கணும். நீ பொறந்த நட்சத்திரம் என்ன... அதை சொல்லு...*

பார்த்தி : *நாளைய நம்பிக்கை நட்சத்திரம்.*

மாது : *முட்டாள், நீ பொறந்த நட்சத்திரம் என்ன?*

பார்த்தி : *யாருக்குத் தெரியும்... அதை எங்கப்பன் நடேச முதலியாரைத்தான் கேக்கணும்.... அவனும் பூட்டான்... எத்தையாவது சொல்லிக்க...*

பாட்டி : *ஏன் இப்பிடி விந்தி விந்தி நடக்கற...*

பார்த்தி : (ஆத்திரத்துடன்) எனக்கு piles complaint இருக்குன்னு உனக்கு தெரியாதா...

(பார்த்தி exit)

மாது : சரி... ஜோசியர் கேட்டா நட்சத்திரம் மூலம்னு சொல்லிக்க...

பாத்தி : பொய் சொல்றதுக்கு என்னை மன்னிச்சுடுப்பா... ஆதிமூலமே... (Exit; Krishna entry)

கிருஷ்ணர் : சரி... விஷயத்துக்கு வா... யாரு பார்த்தி... யாரு ஜானகி...

(பாட்டி கையை பிடித்து இழுத்துக் கொண்டு ஜானகி உள்ளே வருதல்)

ஜானகி : பாட்டி, Please... நான் சொல்றதை கேட்டுக்கோங்க... நான் பார்த்தியை கல்யாணம் பண்ணிக்க மாட்டேன்... மாட்டேன்... மாட்டேன்...

பாட்டி : ஏண்டி...

ஜானகி : Because I'm in love with மாது...

பாட்டி : என்னடி மாது மாது மாதுங்கற... அவனுக்கு படிப்பும் கிடையாது... ஒழுங்கான உத்தியோகமும் கிடையாது... இதையே பார்த்தியை எடுத்துக்கோ... ஒரு பெரிய கம்பெனில கம்பவுண்டர் இஞ்சினியரா இருக்கான்...

பார்த்தி : பாட்டி... கம்ப்யூட்டர் இஞ்சினீயர் பாட்டி...

பாட்டி : சரிடா... கை நிறைய சம்பாதிக்கறான்... உன் மாதுவோட சம்பாத்தியத்தை சில்லறையா மாத்தினா கூட கை நிறைய தேறாது... அதோட இவ்வளவு பெரிய தொப்பையோட ஒரு பையன் கிடைக்கறதுக்கு நீ கொடுத்து வெச்சிருக்கணுண்டி...

மாது : அய்யோ பாட்டி... தொப்பைலாம் ஒரு qualificationஆ...

பாட்டி : ஏதோ கண்ணுக்கு பட்டதை சொன்னேன்... எவ்வளவு காத்திரமா இருக்கு பாரு... அத்தனையும் ஐஸ்வர்யம்... (Exit)

கிருஷ்ணர் : மாது, சொல்றேன்னு தப்பா எடுத்துக்காத... இவளையா லவ் பண்ற...

மாது : ஏன்? என்ன தப்பு? அதான் லவ்.

கிருஷ்ணர் : சரி...come on tell me... what is love...

மாது : காதல்...

கிருஷ்ணர் : No... waiting...

மாது : Waitingஆ...

கிருஷ்ணர் : Yes... what is waiting...

மாது : நீயே சொல்லுப்பா...

கிருஷ்ணர் : waiting is காதல்...

மாது : Waiting is காதலா...

கிருஷ்ணர் : ஆமாம்... waitingனா என்ன. காத்திருத்தல்... முதல் எழுத்து... கா... கடைசி எழுத்து தல்... சேத்து சொன்னா காதல்... காத்திருத்தல்தான்யா காதல்...

மாது : நீ சொன்ன மாதிரி காத்திருந்தேன்னா... நான் வயசாகி தாத்தாவாயிடுவேன்...

கிருஷ்ணர் : என்னவோ ஜானகியோடது காவியக் காதல்ங்கறியே... யோசிச்சு பாரு... நீ இந்த வீட்டுல குடியில்லாம வேற வீட்டுல இருந்தா அந்த வீட்டுப் பொண்ணை லவ் பண்ணியிருப்பல்ல...

மாது : இல்ல கிருஷ்ணா... நானும் ஜானகியும் ஒரே ஆபீஸ்ல work பண்றோம்...

கிருஷ்ணர் : எந்த கம்பெனி... English Electricalsஆ...

மாது : இல்லை...

கிருஷ்ணர் : Standard Motorsஆ...

மாது : இல்லை...

கிருஷ்ணர் : Binny...? சத்யம்?

மாது : கிருஷ்ணா... பூலோகத்துக்கு வந்தே ரொம்ப நாள் ஆச்சு போலருக்கே... எல்லாம் மூடின கம்பெனியா சொல்ற... நாங்க work பண்றது லவ் லவ் பிஸ்கெட் கம்பெனி...

கிருஷ்ணர் : லவ் லவ்வா?

மாது : God is loveனு சொல்றதில்லையா...?

கிருஷ்ணர் : So... I'm god... you love me... Ok....?

மாது : Yes... ok...ok...

கிருஷ்ணர் : You love me... But I'm married to Rukmini... ok...?

மாது : Ok... ok... ok...

கிருஷ்ணர் : Like that... you love Janaki... let her marry Parthi... ok...?

மாது : Ok... ok... no no no no... not ok... not ok... ko... ko...

கிருஷ்ணர் : சரி... பாட்டி ஏன் ஜானகியை பார்த்திக்குக் கொடுக்கணும்னு அடம் புடிக்கிறா...

மாது : தாத்தா வாக்கு கொடுத்து தொலைச்சிருக்காரே...

கிருஷ்ணர் : யாருக்கு...

மாது : பார்த்தியோட அப்பா நடேச முதலியாருக்கு...

கிருஷ்ணர் : எதுக்கு வாக்கு கொடுத்தாரு...

மாது : ஜானகியோட தாத்தாவை பார்த்தியோட அப்பாதான் முழுக்க முழுக்கப் படிக்க வெச்சிருக்காரு...

கிருஷ்ணர் : எது... தாத்தாவை எதுக்குய்யா படிக்க வைக்கணும்...

மாது : முதியோர் கல்வி கிருஷ்ணா...

கிருஷ்ணர் : ஓ... என்ன கிளாஸ் படிச்சார்...

மாது : மூணாங் கிளாஸ்...

கிருஷ்ணர் : கூப்பிடு அந்த கிழவனை... சக்கரத்தை விட்டு கொல்றேன்...

மாது : அந்த கஷ்டம் உனக்கு வேண்டாம் கிருஷ்ணா... ஏற்கனவே அவர் சக்கரம் ஏறி செத்துப் போயிட்டார்...

கிருஷ்ணர் : சக்கரம் ஏறியா...

மாது : ஆமாம்... டிரெயின் சக்கரம் ஏறி... வழக்கம் போல தாத்தாவும் பாட்டியும் டிக்கெட் வாங்காம டிரெயின் ஏறியிருக்காங்க. நடு வழில பாட்டி

தண்ணி புடிக்க இறங்கியிருக்கா.... அதுக்குள்ள டிரெயின் கிளம்பிடுச்சு. பாலக்காட்டுல accident.

கிருஷ்ணர் : அய்யய்யோ... தாத்தா...

மாது : டிக்கெட் வாங்கிட்டாரு... நீதான் கிருஷ்ணா எப்பிடியாவது எனக்கும் ஜானகிக்கும் கல்யாணம் பண்ணி வைக்கணும்.

கிருஷ்ணர் : இத பாரு மாது... எனக்கு கல்யாணம் பண்ணிக்கத்தான் தெரியும்... பண்ணி வைக்கத் தெரியாது... நான் சொல்ல வந்தது என்னன்னா... உன்னை மாதிரியேதான் அர்ஜுனன் பையன் அபிமன்யூ என்னை கேட்டான்... நான் லவ் பண்றேன்... வத்சலாவை எனக்கு கல்யாணம் பண்ணி வைங்க மாமான்னான்... அபிமன்யூ வத்சலா கல்யாணத்துக்கே நான் பீமன் புள்ளை கடோத்கஜன் helpபைத்தான் கேட்டேன்... (என்றபடி ஒரு DVDஐ எடுத்து சக்கரம் போல விரலில் மாட்டிக்கொள்ள)

மாது : அய்யோ கிருஷ்ணா... என் பேர்ல சக்கரம் விடப்போறியா...

கிருஷ்ணர் : இது சக்கரம் இல்லையா... DVD... மாயா பஜார் DVD... இத பாரு... எல்லா கதையும் தெரியும்...

மாது : DVDஐ விடு கிருஷ்ணா... கடோத்கஜனை எப்படி வரவழைக்கறது...

கிருஷ்ணர் : மாது... என்னை கூப்பிட்டா நான் கருடன்... eagleல வந்துடுவேன்... அவன்... கடோத்கஜன் காட்டுவாசி... அவனை Googleலதான் search பண்ணணும்... நீ உங்க வீட்டு கம்ப்யூட்டர்ல கடோத்கஜன்.comனு போட்டு அவனை download பண்ணு...

மாது : எங்கிட்ட கம்ப்யூட்டர் இல்லியே...

கிருஷ்ணர் : கம்ப்யூட்டர் ஒண்ணு வாங்கிக்க...

மாது : செலவாகுமே கிருஷ்ணா...

கிருஷ்ணர் : லவ்வே செலவுதானப்பா...

மாது : எப்பிடி...

கிருஷ்ணர் : செலவ்...

(Lights off; *இருளில் மாதுவின் குரல்)*

மாது : சொல்லிட்டு கிருஷ்ணன் போயாச்சு. நான் கம்ப்யூட்டருக்கு எங்க போவேன்?

(பின் குரல்)

"பழைய புடவைக்கு கம்ப்யூட்டர் வாங்கலையோ... கம்ப்யூட்டர்... பழைய புடவைக்கு கம்ப்யூட்டர் வாங்கலையோ... கம்ப்யூட்டர்..."

காட்சி-3

மாது வீடு

(வீட்டிற்குள் நுழைந்தபடியே)

நீலு : பழைய புடவைக்கு கம்ப்யூட்டர் வாங்கலியோ கம்ப்யூட்டர்...

மாது : பழைய புடவையா....

நீலு : ஆமாம்... எங்க தாத்தா பழைய புடவைக்கு எவர் சில்வர் பாத்திரம் பிளாஸ்டிக் பக்கெட் வித்தாரு... எங்க அப்பா பழைய புடவைக்கு டிவி, ரேடியோ, பிரிட்ஜ்லாம் வித்தாரு... நான் பழைய புடவைக்கு கம்ப்யூட்டர் விக்கறேன்...

மாது : ஆனா ஒண்ணு கவனிச்சியா... பழைய புடவைக்கு இன்னும் மவுசு குறையல.

நீலு : See, nowadays technology has improved so much.... so I am selling computer for பழம்புடவை...

மாது : என்னப்பா... Englishல பொளந்து கட்டற...

நீலு : What to do தம்பி... sorry... what to do younger brother... if you put dog make up... you have to bark...

ஜானகி : என்ன சொல்றீங்க...

மாது : நாய் வேஷம் போட்டா குரைச்சுத்தான் ஆகணும்னு Englishல சொல்றாரு... okயா elder brother... ஆமா... பழைய புடவைக்கு கம்ப்யூட்டர் தர்றியே... புது புடவைக்கு....

நீலு : Satelliteஏ supply பண்ணுவேங்க...

மாது : சரி... வெறுங்கையோட வந்திருக்கற... கம்ப்யூட்டர்லாம் எங்கய்யா...

நீலு : தோ... (வெளியே பார்த்து) ஆல்ட்டு...

(குள்ளமாக ஒருவன் தலையில் கூடையுடன் உள்ளே வர)

மாது : என்னய்யா இது பேரு? ஆல்ட்டு?

நீலு : எனக்கு மொத்தம் மூணு புள்ளைங்க... ஆல்ட்டு, கண்ட்ரோலு, டெலீட்டுன்னு... இதுல முத புள்ளை ஆல்ட்டு எங்கூட வியாபாரத்துக்கு வர்றான்... ரெண்டாவது புள்ளை கண்ட்ரோலு வீட்டுல குந்திகினு கண்ட்ரோல் பண்ணிகினுக்கிறான்...

மாது : அப்ப டெலீட்டு...

நீலு : அவன் டெலீட் ஆயிட்டாங்க... செத்துப் பூட்டான்...

மாது : உங்க wife பேரு என்ன... வைரஸ்தானே...?

குள்ளன் : நைனா... ஒரு கை கொடு நைனா... கூடையை இறக்கணும் நைனா...

மாது : நைனாவா... சைனா மாதிரி இருக்கான்... தம்மாத்துண்டுக்கு...

நீலு : என்ன பண்றது... நான் கம்ப்யூட்டர் மாதிரி இருக்கேன்... அவன் tablet மாதிரி இருக்கான்... எல்லாம் அம்மாவை கொண்டு பொறந்திருக்கான்...

மாது : Oh... mother board குள்ளமா... ஆமாம்... கம்ப்யூட்டரை கூடைல கொண்டு வந்திருக்கற... இதையெல்லாம் எங்கேர்ந்து கொண்டு வர்றே...

நீலு : அதுல ஒண்ணும் மாத்தம் இல்லீங்க... கொத்தவால் சாவடிலேர்ந்துதான்...

மாது : கொத்தவால்சாவடியா... இல்லை தெரியாமத்தான் கேக்கறேன்... இதுலாம் செஞ்ச கம்ப்யூட்டரா... இல்ல விளைஞ்ச கம்ப்யூட்டரா...

நீலு : என்ன கிண்டலா... நீ கொடுக்கற பழம்புடவைக்கு கொத்தவால்சாவடில எடுக்காம பின்ன பில் கேட்ஸா சப்ளை பண்ணுவான்...

மாது : கோவிச்சுக்காதப்பா... ஜானகி... உள்ள போய் உங்கிட்ட இருக்கற பழைய புடவைலாம் எடுத்துட்டு வாயேன்...

ஜானகி : என்கிட்ட இருக்கறது எல்லாமே சுடிதார்தான்...

மாது : ஏம்ப்பா... சுடிதார்க்கு கம்ப்யூட்டர் தருவியா...

நீலு : கால்குலேட்டர் கூட தரமாட்டேன்... சுத்த dead customerஆ இருக்கியே...

மாது : Dead customer ஆ...

நீலு : சாவு கிராக்கியா... வீட்டுல பெரிசு எதுவும் இல்லையா, பழம்புடவைக்கு...

மாது : ஓ... பாட்டி இருக்காளே... (உள்ளே பார்த்து) பாட்டி... பாட்டி...

பாட்டி : (வெளியே வந்து) என்னடா...

மாது : பாட்டி... உங்கிட்ட ஏதாவது பழம்புடவை இருக்கா...

பாட்டி : பழம்புடவை எதுக்குடா...

மாது : பழம்புடவை போட்டா கம்ப்யூட்டர் தருவான்...

பாட்டி : புடவை okடா... நீ என்னவோ பழம் புடவைங்கறியே... என்ன பழம்...

நீலு : இப்பிடி ஞானப்பழமா இருக்கியே... கெய்வி... பழம்புடவைன்னா கிழம்புடவை... உம்புடவை...

பாட்டி : ஆங்... இந்த புடவையை கழட்டிக் கொடுத்துட்டு உன் கம்ப்யூட்டரை கட்டிக்கச் சொல்றியா...

மாது : கட்டிக்க கம்ப்யூட்டர் என்ன தாத்தாவா... அவர்தான் ஏற்கனவே delete ஆயிட்டாரே... ஐயோ பாட்டி... உள்ள போய் வேற ஏதாவது பழம்புடவை எடுத்துட்டு வாயேன்.

நீலு : தாத்தா பூட்டாரா...

மாது : ஆமாப்பா... உன் கம்ப்யூட்டர் மாதிரியே பாட்டியும் விண்டோஸ்தான்...

நீலு : அய்யோ... அது விண்டோஸ் இல்லய்யா...

விடோ...(பாட்டி புடவையுடன் வர) ஏய் ஆல்ட்டு... கூடையை இப்பிடி தள்ளு...

(ஆல்ட்டு கூடையை தள்ள,நீலு ஒரு கம்ப்யூட்டரை எடுத்துக் காட்ட)

மாது : பாட்டி... இது எப்பிடி இருக்கு...

பாட்டி : ரொம்ப முத்தலா இருக்கும் போலருக்கேடா...

மாது : பாட்டி முத்தலா இருக்குங்கறாங்க... எளசா ஒண்ணு எடேன்.

நீலு : இளசா...

மாது : Softஆப்பா...

நீலு : Softஆ... இதென்ன கத்திரிக்காயா... எளசு softலாம் கேக்கற...

மாது : கம்ப்யூட்டர்ல soft இருக்கேப்பா... Microsoft...

பார்த்தி : (வந்து)பாட்டி... நான் ஆபீஸ் போயிட்டு வரேன்... என்ன கம்ப்யூட்டர் வாங்கறீங்களா... மாது... வாங்கிட்டா போதுமா... அதை எப்பிடி use பண்றதுன்னு தெரிஞ்சுக்க வேண்டாமா... உனக்கு யார் கத்துக் கொடுப்பாங்க...

மாது : ஏன், நீதான்... எனக்கு சைக்கிள் ஓட்ட கத்துக் கொடுத்த... பைக் ஓட்ட கத்துக் கொடுத்த... கம்ப்யூட்டர் ஓட்ட கத்துக் கொடுக்க மாட்டியா...

நீலு : சார்... don’t kill me... there is a border for patience...

மாது : Border for patienceஆ...

நீலு : பொறுமைக்கும் ஒரு எல்லை உண்டுன்னேன்...

மாது : அதெல்லாம் விடு... இதனால எங்களுக்கு என்ன பிரயோஜனம்...

நீலு : பால் கணக்கு... மளிகை கணக்கு... லாண்டரி கணக்குன்னு எல்லாத்தையும் இதுல copy and paste பண்ணிக்கலாம்...

மாது : Copy and pasteஆ... paste and copyதான correct...

நீலு : Paste and copyயா...

மாது : ஆமாம்... பல் தேய்ச்ச பிறகுதானே காபி... (பார்த்தி shorts அணிந்து கொண்டு,கையில் ஒரு கம்ப்யூட்டருடன் வர) என்ன பார்த்தி... ஆபீசுக்கு பேண்டோட போன... டிராயரோட வர்ற...

பார்த்தி : இவன்கிட்ட தொங்கிட்டு இருக்கீங்களே... யோவ்... பக்கத்து தெருல ஒரு ஆள் ஒரு பேண்ட் போட்டா ஒரு கம்ப்யூட்டர் freeயா தரான்...

நீலு : பேண்டுக்கு கம்ப்யூட்டரா... bloody sinner... throwing sand in my profession...

மாது : என்னய்யா சொல்றே...

நீலு : படுபாவி பய... என் பொழப்புல மண் அள்ளி போட்டுட்டானே...

(Lights off)

காட்சி-4

மாது வீடு

ஜானகி : மாது... கம்ப்யூட்டர் ரெடி... on பண்ணட்டுமா...

மாது : ஒரு நிமிஷம் இரும்மா... ஆரத்தி எடுத்துடறேன்...

ஜானகி : என்ன மாது... stupidஆ behave பண்றியே... கம்ப்யூட்டர் என்ன கடவுளா....

மாது : ஆமா...

ஜானகி : எப்பிடி...

மாது : actualஆ கம்ப்யூட்டரைத்தான் எல்லா godம் use படுத்தறாங்க... முருகருக்கு மெயில் வாகனம்... பிள்ளையாருக்கு மவுசிக வாகனம்...

ஜானகி : அப்ப ஐயப்பனுக்கு...

மாது : பதிnetடாம்படி... நெட்... இண்டர்நெட்... Ok... ஆரத்தி எடுத்தாச்சு... நீ கம்ப்யூட்டரை on பண்ணு...

(ஜானகி கம்ப்யூட்டரை on பண்ண)

ஜானகி : மாது... one second...

மாது : என்னம்மா...

ஜானகி : www.gadothgajan.com type அடி...

மாது : www என்ன spelling...

ஜானகி : www... wwwதான் spelling மாது...

மாது : சரி... www... கடோத்கஜன்... டாட் என்ன spelling...

ஜானகி : ஏய்... டாட்டுக்கெல்லாம் spelling கிடையாது... டாட்னா புள்ளி வைக்கணும், அவ்வளவுதான்...

மாது : கரும்புள்ளியா... செம்புள்ளியா...

ஜானகி : அய்யோ... வெறும்புள்ளி...

மாது : ok... புள்ளி... அடுத்தது... com... அது ஒண்ணும் நீ சொல்ல வேண்டாம்... எனக்கே தெரியும்... c...a...l...m...

ஜானகி : (சத்தமாக) Comனா C...o...m...ம்பா... B.Com மாதிரி...

மாது : அதுக்கு ஏன் கத்தறே... be calm...

ஜானகி : மாது... என்னதிது.... www அடிக்கச் சொன்னா... mmmனு அடிச்சிருக்கே...

மாது : நீ அங்கிருந்து பாத்தா அப்பிடித்தான் தெரியும்... இப்பிடி முன்னால வந்து பாரு...

ஜானகி : சரி சரி... Enter பண்ணு...

மாது : எப்பிடி... entranceஏ காணுமே...

ஜானகி : அய்யோ... enter keyப்பா...

மாது : அப்ப அதோட சாவிய கொடு...

ஜானகி : Keyboardல இருக்கற keyப்பா...

மாது : அதை சரியா சொல்ல வேண்டாமா... (என்று அழுத்த)

ஜானகி : இப்ப Download வருதா... அதை click பண்ணு...

மாது : (ரெடியாகி) பண்ணட்டுமா... பண்ணட்டுமா... க்ளிக்...

(Special effects-கல்யாண சமையல் சாதம்...) யோவ்... யாருய்யா நீ...

கடோத் : இப்ப நீ டவுன்லோட் பண்ணது நம்மளைத் தாம்பா...

மாது : நான் டவுன்லோட் பண்ணது கடோத்கஜன்...

கடோத் : நான்தான் கடோத்கஜன்...

மாது : ஹ... இதான வேண்டாங்கறது... நீ தம்மாத் தூண்டுக்கு ஒரு ஜாணுக்கு இருக்கே... நீ கடோத்கஜன் இல்லை... கடோத்க...ஜாண்...

ஜானகி : மாது யாரோட பேசிக்கிட்டிருக்க... கடோத்கஜ னோடயா...?

கடோத் : நான் பொம்பளைங்க கண்ணுக்குத் தெரிய மாட்டேம்பா...

ஜானகி : என்ன சொல்றாரு...

மாது : உன் கண்ணுக்கு தெரிய மாட்டானாம்... நல்லது ஜானகி... ஒண்ணும் பாக்கற மாதிரி இல்லை... (கடோத்கஜனிடம் திரும்பி) கதை விடாத... நீ கடோத்கஜன்னு... மகாபாரத பீமன் என்ன வாட்ட சாட்டமா இருப்பாரு... நீ அவரோட சன் தம்மாத்தூண்டு இருக்க...

கடோத் : மகாபாரத பீமன் இல்லப்பா... சோட்டா பீம்... So... நான் சோட்டா கடோத்கஜன்... original கடோத்கஜன் download பண்ணா இந்த கம்ப்யூட்டர் crash ஆயிடும்பா... அவர் file size பெரிசு... நான் சும்மா 600 kb தான்...

மாது : கதை விடாத...

கடோத் : நான் கதை விட மாட்டேம்பா... அது வியாசரு... நான் gaதைதான் விடுவேன்... இத பாரு... ஏதோ கிருஷ்ணர் மாமா சொன்னாரேன்னு வந்தேன்... வேணான்னா சொல்லு.... fileஐ delete பண்ணிடு... போய்கினே இருக்கேன்...

மாது : நீ காட்டுவாசியா... எந்த காடு...

கடோத் : தொட்டு பாரு...

மாது : என்னய்யா ஜில்லுனு இருக்கு...

கடோத் : ஏற்காடு... அதான் ஜில்லுனு இருக்கேன்... என்ன டவுட்டா பாக்கற... நம்பிக்கை வரலியா... செல்லை பாருய்யா...

மாது : என்ன செல்லுலாம் வெச்சுருக்க... அதுவும் சாம்சங்...

கடோத் : பாஷையை வெச்சு முடிவு கட்டாத... படிச்சவன் நான்... கற்றோர்க்கு செல்லும் இடமெல்லாம் சாம்சங்... காட்டுவாசின்னா நம்ப மாட்டேன்

ணியே... அப்பால இந்த கம்ப்யூட்டர்ல யாஹு உண்டா...

மாது : யாஹுவா...

கடோத் : என் தோஸ்துங்க ரெண்டு பேரு எங்கூடவே இருப்பாங்க... அவங்களையும் அப்பிடியே டவுன்லோடு பண்ணிடறேன்... (என்று கம்ப்யூட்டருக்கு சென்று, அதை இயக்க, ராஜுவும் ஐக்குவும் டவுன்லோட் ஆகிறார்கள்) Meet my friends... அவன் பேரு ராஜு... இதோ கருப்பா குரங்கு மாதிரி இருக்கானே அவன் பேரு ஜக்கு...

மாது : (கிண்டலாக சிரித்து)இவங்கல்லாமா உன் friends...?

கடோத் : சிரிக்காத... மந்திரத்துல கில்லாடிங்க ரெண்டு பேரும்... மந்திரம் போட்டா மாது...நீ மாதுவாயிடுவ...

மாது : ஆங்...

கடோத் : பொம்பளையாயிடுவ...இவன் மந்திரம்... அவன் தந்திரம்... இவன் magic...

மாது : அவன் black magicஆ... கரியா இருக்கானே...

கடோத் : கரெக்ட்... அவன் காத்து... இவன் கருப்பு... மந்திரத்துல மாங்கா வரவழைப்பாங்க...

மாது : இந்த மாங்கா மடையங்களா...

கடோத் : டேய்...

(ராஜுவும் ஜக்குவும் கோரஸாக)

கோரஸ் : அம் அஹ... இம் இஹ... உம் உஹ... (Magic and Madhu's reaction)

மாது : அது சரி... நீ கூகுள்ள வந்தே.... இவங்க மட்டும் ஏன் யாஹுல வந்தாங்க...

கடோத் : என்னய்யா இவ்வளவு லாஜிக் கேக்கற... குழந்தைங்க எந்த லாஜிக்கும் பாக்காம போகோ டிவி பாக்குதுங்க... அதாவது... இவன் பேரு தியாகு... அவன் பேரு லோகு... தியாகு லோகு யாஹு... போகோ டிவில வெச்ச பேரு ராஜு... ஜக்கு...

மாது : ஆமாம் காலியா அப்பறமா வருவாரா...

கடோத் : அவரு வர மாட்டாரு... அவரு போகோ காண்ட்ராக்ட்ல இருக்காராம்... ஆயிரம் எபிசோடுக்கு.

மாது : கிருஷ்ணனை நம்பி உங்களை download பண்ணிட்டேன்... உங்களால பார்த்தி ஜானகி கல்யாணத்தை நிறுத்த முடியுமா...

கடோத் : கேள்விப்பட்டதில்லியா... கல்யாணத்தை நிறுத்திப் பார்... வீட்டை பீஸ் பீஸா இடிச்சுப் பார்னு காட்டுப் பழமொழியை...

மாது : யோவ்... கல்யாணம் பண்ணிப் பார்தான பழமொழி...

கடோத் : அதெல்லாம் உங்க நாட்டு பழமொழி... கைநாட்டுப் பழமொழி... எங்க காட்டுப் பழமொழியே வேற... நான் நிறுத்தற நூறாவது கல்யாணம் இது...

ராஜு : ஏஹைய் தலைவா... ஏஹைய் தலைவா...

ஜக்கு : யாஹூ...

கடோத் : டேய்... கூவாதீங்கடா... இப்பிடித்தான் நடுவுல நடுவுல குரல் கொடுப்பாங்க... பயந்துடாதீங்க... இப்ப என்ன... ஜானகியை பார்த்திக்கு கொடுக்கறதா பாட்டி தாத்தாவுக்கு வாக்கு கொடுத்துட்டா...

மாது : அதனால பாட்டியை மாத்தணும்...

கடோத் : மாத்திட்டா போச்சு...

மாது : ....ம்....

கடோத் : டேய் காத்து... கருப்பு... ம்...

கோரஸ் : அம் அஹ... இம் இஹ... உம் உஹ...

('பாவாடை தாவணியில்...' பாட்டு ஒலிக்க, பாட்டி குமரியாக வருகிறாள்.)

மாது : யாரும்மா நீ...

பாட்டி : கௌசல்யா...

மாது : ம்... கௌசல்யா பாட்டி...

பாட்டி : யாருடா பாட்டி... எனக்கு பதினெட்டு வயசுதான் ஆகுது... நான் பாட்டி இல்லை... ஸ்வீட்டி... டவுட்டா இருக்கா... எதிர் வீட்டு வெங்கட்டை கேட்டுப் பார்... என்னை டாவு கட்டறான்... ஸ்வீட்டின்னுதான் கூப்பிடுவான்... ஆனா நான் கோடி வீட்டு ராமானுஜத்தை சின்சியரா லவ் பண்றேன்... அவரைத்தான் கல்யாணம் பண்ணிப்பேன்...

ஜானகி : தாத்தா பேர்னா ராமானுஜம்...

மாது : என்னப்பா இது... இதுதான் நீ பாட்டியை மாத்தற அழகா...

கடோத் : நீதான மாத்தச் சொன்னே...

மாது : நான் மனசை மாத்தச் சொன்னா... நீ பாட்டியையே மாத்திட்டியே ஸ்வீட்டியா...

கடோத் : இப்ப என்ன பண்ணணுங்கற...

மாது : பழையபடி மாத்திடுப்பா... டேய் காத்து... டேய் கருப்பு...

கோரஸ் : அம் அஹ... இம் இஹ... உம் உஹ...

(உள்ளிருந்து பிறந்த குழந்தை அழும் சத்தம் கேட்கிறது)

டாக்டர் : Congratulations... உங்களுக்குப் பெண் குழந்தை பொறந்திருக்கு...

அப்பா : அப்பிடியா டாக்டர்... பொண் குழந்தை பொறந்தா கௌசல்யான்னு பேர் வைக்கறதா வேண்டிண்டிருக்கேன்...

டாக்டர் : நல்ல பேரா இருக்கே... பையன் பொறந்தா என்ன பண்ணியிருப்பீங்க...

அப்பா : கௌபாய்னு வெச்சிருப்பேன்...

டாக்டர் : ரொம்ப சமத்து...

மாது : என்ன கஜ்ஜு...

கடோத் : கஜ்ஜுவா...

மாது : சரி கடோத்கஜா... பாட்டியை பேத்தியாக்கிட்ட...

கடோத் : டேய்... மந்திரத்தை ரிவர்ஸூல போடுங்கடா...

கோரஸ் : உம் உஹ... இம் இஹ... அம் அஹ...

(பாட்டியின் குரல் கேட்கிறது)

குரல் : மாது... பல்செட் கிடைச்சுடுத்துடா....

(பாட்டி வருகிறாள்)

*(*Lights off*)*

காட்சி-5

மாது வீடு

(பெல் அடிக்கிறது)

மாது : கடோத்கஜா... உன்னோட செல்லா...

கடோத் : எனக்கு எதுக்குப்பா செல்... போன் செல்லுல்லாம் உங்களுக்குத்தான்... நான் யாரோட பேசணும்னு மனசுல நினைக்கிறேனோ... அவங்க என்கூட பேசுவாங்க...

மாது : நிஜமாவா...

ரமேஷ் : ஆமாய்யா... நீ கேட்டதில்லியா... அண்ணலும் நோக்கியா... அந்தாளும் நோக்கியா...

கடோத் : உனக்கு என்ன இப்ப நான் பிரம்மா கூட பேசிக் காட்டட்டுமா... டேய்... பிரம்மாவுக்கு ஒரு கால் போடுங்கடா...

ரமேஷ் : பி... ர... ம்... மா...

(பிரம்மாவின் குரல் ஒலிக்கிறது)

பிரம்மா : ஹலோ... நான் பிரம்மா பேசறேன்... என்ன கடோத்கஜா... சௌக்கியமா...

கடோத் : பிரம்ம தேவரே... நான் படு சௌக்கியமாக இருக்கிறேன்... தாங்கள் இப்போது என்ன செய்து கொண்டிருக்கிறீர்கள்...

பிரம்மா : படைப்புத் தொழிலில் இன்றைய கோட்டாவை முடித்துவிட்டு இப்போதுதான் முகம் கழுவிக் கொண்டிருக்கிறேன்...

மாது : எந்த முகம்னு கேளுய்யா... அவருக்குத்தான் நாலு முகமாச்சே...

கடோத் : பிரம்மரே... இன்றைய கோட்டாவில் என்ன படைத்தீர்கள்...

பிரம்மா : அமெரிக்காவில் 60 குழந்தைகள்... ஆஸ்திரேலியாவில் 40 குழந்தைகள்... இங்கிலாந்தில் 20 குழந்தைகள்... பிரான்ஸில் ஒரு 20... ஆப்ரிகாவில் ஒரு 60... மொத்தம் எவ்வளவு ஆச்சு?

கடோத் : 200...

பிரம்மா : இன்றைக்கு எனக்கு விதிக்கப்பட்ட கோட்டா 6000... பாக்கி 5800...

மாது : எங்க தலைல கட்டிட்டீங்களா...?

பிரம்மா : யாரது... குறுக்கே பேசுவது...

கடோத் : ஒரு பாதிக்கப்பட்ட இந்தியன்...

மாது : சரஸ்வதி இருக்காங்களான்னு கேளு...

கடோத் : உஷ்ஷ்ஷ்... மரியாதையா பேசணும்... பிரம்மதேவரே... செல்வி சரஸ்வதி இருக்கிறார்களா...

பிரம்மா : சரஸ்வதியை பார்க்க சொர்க்கத்திலிருந்து பாரதியார் வந்திருக்கிறார்... அவரோடு தன் செல்போனில் போட்டோ எடுத்துக் கொண்டிருக்கிறார்...

மாது : செல்போன்ல போட்டோவா... செல்ஃபியா... அப்ப அவங்க செல்வி சரஸ்வதி இல்ல... செல்ஃபி சரஸ்வதி...

பிரம்மா : மனிதர்களை படைத்து விட்டேன்... இனி மரங்களை படைக்க வேண்டும்... ஆனால் என்ன இந்த மனிதர்கள்... மரங்களை படைக்கப் படைக்க அவற்றை வெட்டிக் கொண்டே இருக்கிறார்கள்...

(போன் வைக்கும் சத்தம்)

கடோத் : என்ன மாது... பார் பிரம்மா வருத்தப்படறாரு பாரு... ஏன் இப்பிடி மரத்தை வெட்டறீங்க...

மாது : வெட்ட மாட்டோமே... நாங்க வெட்ட மாட்டோமே... நாங்க யாரு... மறத்தமிழர்கள்...

கடோத் : ஏய்... கைலாசத்துக்கு ஒரு கால் போடு...

ரமேஷ் : ஓ... கை... லா... ச... ம்...

(மணி அடிக்கிறது. உடன் பரமசிவனின் குரல்)

பரமசிவன் : கடோத்கஜா...

கடோத் : சம்போ மகாதேவா... சௌக்கியமா இருக்கீங்களா...

பரமசிவன் : பரம சௌக்கியமாக இருக்கிறேன்...

கடோத் : பார்வதி சௌக்கியமா...

பார்வதி : சௌக்கியமா இருக்கேன்...

மாது : இது யாரு...

கடோத் : இதான் பார்வதி... கன்னத்துல போட்டுக்கோ...

(வேறு குரல் ஒலிக்கிறது)

குரல் : என்ன கடோத்கஜா... நீ சௌக்கியமா...

மாது : இது யாரோட குரல்...

கடோத் : பரமசிவன் கழுத்திலிருந்து பாம்பு கேக்குது... கடோத்கஜா சௌக்கியமான்னு... டேய்... வைகுண்டத்துக்கு கால் போடுங்கடா...

ரமேஷ் : வை... கு...

பரமசிவன் : ஒரு நிமிஷம்... என்ன கடோத்கஜா... விஷ்ணு கூட பேசணுமா... எதுக்கு அனாவசியமா உன் balanceஐ waste பண்ற... நானே conference call போட்டுடறேன்... நானும் விஷ்ணுகிட்ட பேசி ரொம்ப நாளாகுது...

(அலை அடிக்கும் சத்தம்)

மாது : என்ன அலை அடிக்கற சத்தம்...?

கடோத் : பாற்கடல்...

(குறட்டை சத்தம் கேட்கிறது)

மாது : என்ன குறட்டை சத்தம்...?

பரமசிவன் : சாரிப்பா... do not disturb போர்ட் போட்டிருக்கு... விஷ்ணு தூங்கிக்கிட்டிருக்கார்...

(போன் வைக்கும் சத்தம்)

கடோத் : வேற யார் கூட பேசணும்...?

மாது : யோவ்... சூப்பர்யா... கிருஷ்ணருக்கு கால் போடு...

கடோத் : கிருஷ்ணருக்கு கால் போட்டா அது கோகுலாஷ்டமிய்யா... ஓ டெலிபோன் காலா... ஏய்...

ரமேஷ் : கி...ரு...ஷ்...ண...ர்... (போன் ஒலிக்கிறது)

குரல் : The subscriber you have called is busy at the moment... please call after some time... நீங்கள் அழைத்த சந்தாதாரர் தற்சமயம் பிஸியாக இருப்பதால் பிறகு அழைக்கவும்...

மாது : என்னப்பா... ஆனானப்பட்ட சிவனும் பிரம்மாவுமே லைனுக்கு வந்துட்டாங்க... கிருஷ்ணர் என்ன பிஸி...

கடோத் : எல்லாம் உன்னை மாதிரி ஆளுங்களாலதான்... கல்யாணம் ஆகல... வேலை கிடைக்கல... குழந்தை பொறக்கலன்னு எதுக்கெடுத்தாலும் கிருஷ்ணரை கூப்ட்டுடறீங்க... அவரும் பிஸியா பிருந்தாவன் எக்ஸ்பிரஸ் மாதிரி ஓடிக்கிட்டிருக்காரு...

பார்த்தி : (உள்ளே வந்து) மாது... என் போனை பாத்தியா... (அவனே கண்டுபிடித்து விட்டு) இதோ இருக்கு... (போனை பார்த்துவிட்டு) அய்யய்யோ... மிஸ்டு கால்... ஆபீஸ்லேர்ந்து பேசியிருக்காங்க... (டயல் செய்துவிட்டு) ஹலோ கம்சன்... சாரிப்பா... என்ன விஷயம் கம்சன்... என்னது... அப்படியா... thank you ... thank you கம்சன்... (போனை off செய்தபடி, உள்ளே பார்த்து) பாட்டி... பாட்டி...

பாட்டி : (வந்து) என்னடா பார்த்தி...

பார்த்தி : கல்யாணம் ஆகி குழந்தை பொறந்த வேளை... அப்பனுக்கு பிரமோஷன்ம்பாங்க... எனக்கு இப்பதான் இன்விடேஷனே அடிச்சிருக்கு... அதுக்குள்ள பிரமோஷன் வந்துடுச்சு...

மாது : (அதிர்ச்சியாக) இன்விடேஷனா...

பாட்டி : ஆமாண்டா... வர்ற fifteenth அவாளுக்கு கல்யாணம்...

பார்த்தி : எனக்கு வாழ்வே ஜானகியாலதான்...

பாட்டி : என்னடா சொல்ற...

பார்த்தி : போன மாசம் ஆபீஸ் விஷயமா டீ எஸ்டேட்டுக்கு கோத்தகிரி போயிருந்தேன் இல்லியா... அங்க டீ எஸ்டேட் முழுக்க ஆதிவாசிங்க... அவங்க பேசற பாஷை ஒண்ணுமே புரியல... நான் பேசறது அவங்களுக்கு புரியல. அவங்க பேசறது எனக்கு புரியல... பாத்தேன்... அவங்களை கூப்பிடறதுக்கு ஜாவ் ஜாவ்ம்பேன்... வருவாங்க... ஏதாவது தப்பா செஞ்சாங்கன்னா நஹி நஹிம்பேன்... புரிஞ்சுப்பாங்க... ஜாவ்... நஹி... ஜானகி... அதனாலதான் எனக்கு இப்ப பிரமோஷனே கிடைச்சிருக்கு...

மாது : என்னங்கடா இது... செம ரீலா இருக்கே... ஆமாம்... என்னவோ ராட்சஸன் பேர் சொன்னியே கம்சன்னு...

பார்த்தி : ராட்சஸந்தான்... எங்க ஜெனரல் மானேஜர்... ஆனா நல்ல ராட்சஸன்...

மாது : நல்ல ராட்சஸன்னா... உத்தம வில்லனா... ஏன் கம்சன்னே...

பார்த்தி : அது செல்லமா nickname... general managerக்கு... என்னை மார்க்கெடிங் மானேஜர் ஆக்கினது கம்சன்... சிபாரிசு பண்ணது சிசுபாலன்... எங்க DGM... கையெழுத்து போட்டது நரகாசுரன்... chairman... in fact... எனக்கே ஒரு nickname இருக்கு... என்ன சொல்லு...

மாது : பீமனா...

பார்த்தி : பீமன் ராட்சஸனா... ஆனா கிட்டத்தட்ட நீ பக்கத்துல வந்துட்ட... guess...

மாது : பக்கத்துலியா... பக்கத்துல கடோத்கஜந்தான்

இருக்கான்...

பார்த்தி : கையை கொடு... super... என் nickname கடோத்கஜந்தான்...

மாது : இங்க நிக்கறவர் பேரும் கடோத்கஜந்தான்...

பார்த்தி : உனக்கு ஒண்ணு தெரியுமா... என் கல்யாணத்துக்கு கம்சன்... சிசுபாலன்... நரகாசுரன் எல்லாரும் வரேன்னு சொல்லிட்டாங்க...

மாது : அப்ப கல்யாணத்துக்கு ஒரே ராட்சஸக் கும்பலா இருக்கும் போலருக்கே...

பார்த்தி : அதான் மாப்பிள்ளை தோழன் நீ இருக்கியே... மேனேஜ் பண்ணிக்க...

மாது : அடப்பாவி... பாத்தியா கடோத்கஜா... பார்த்தி கல்யாணத்துக்கு... general manager, deputy general manager, chairman எல்லாரும் வர்றாங்க...

கடோத் : யார் வந்தா என்ன... ஜானகி வர வேண்டாமா... அவ உன் கல்யாணத்துக்குத்தான் வருவா...

மாது : நடக்குமா நீ சொல்றது...?

கடோத் : ஏன் கவலைப்படறே... பாட்டி சொன்ன அதே தேதில உனக்கும் ஜானகிக்கும் கல்யாணம் நடக்கப் போகுது... இந்தக் கல்யாணத்துக்கு யார்யாரெல்லாம் வரப்போறாங்க தெரியுமா...

மாது : நீயும் இந்த ரெண்டு பன்னாடைங்களுந்தான் வரப்போகுது...

கடோத் : பன்னாடை இல்ல மாது... பொன்னாடை.... all India fame... சச்சின் டெண்டுல்கர்... அமிதாப் பச்சன்... சூப்பர் ஸ்டார் ரஜினிகாந்த்...

கோரஸ் : ஓஹோய் தலைவா... ஓஹோய் தலைவா...

மாது : இப்ப எதுக்குடா தலைவா தலைவான்னு கூவறீங்க...

ரமேஷ் : தலைவர் ரஜினி பேர் சொன்னீங்களே...

மாது : ஓஹோ அந்த தலைவருக்கா... ஆமாம் இவங்கல்லாம் எப்பிடி என் கல்யாணத்துக்கு

வருவாங்க...

கடோத் : அதான் மாயாவி கடோத்கஜன்...

மாது : ஆஊன்னா மாயாவி பேயாவிங்கறியே தவிர ஒண்ணும் பண்ண மாட்டேங்கறியே...

கடோத் : இப்ப பார்... சச்சின் டெண்டுல்கர்...

டெண்டு : (குரல் ஒலிக்கிறது) மாது ஜானகி கல்யாணத்துக்கு நான் நிச்சயம் வருவேன்... in fact... அதனாலதான் நான் IPLல கூட விளையாடல...

கடோத் : அமிதாப்ஜி...

அமிதாப் : (ஹிந்தியில்) மாது ஜானகி கல்யாணத்துக்கு நான்... ஜெயா பச்சன்... அபிஷேக் பச்சன்... ஐஸ்வர்யா ராய் எல்லோரும் familyயோட வர்றோம்...

கடோத் : சூப்பர் ஸ்டார் ரஜினி...

ரஜினி : (குரல்)மாது ஜானகி கல்யாணத்துக்கு நான் வரேன்...

மாது : தலைவா... நிஜமாவா...

ரஜினி : நான் ஒரு தடவை சொன்னா நூறு தடவை சொன்னா மாதிரி... நூறு தடவை சொல்ல ஆரம்பிச்சா அதுக்குள்ள உன் கல்யாணமே முடிஞ்சுடும்... அதனாலதான் ஒரு தடவை சொல்றேன்...

மாது : கடோத்கஜா... ரொம்ப தேங்க்ஸ்ப்பா...

கடோத் : ஒபாமாவை வரச் சொல்லட்டுமா...

மாது : வேண்டாம்...

கடோத் : சரி... ஒபாமா வேண்டாம்... உங்க அப்பாம்மா...

மாது : அவங்கல்லாம் செத்துப் போயி பல வருஷம் ஆகுது...

கடோத் : நான் வரவழைக்கறேன்யா சொர்க்கத்திலேர்ந்து... என்ன ஒபாமா வந்தா மொய் எழுதுவாரு... சம்பாதிக்க ஒபாமா... செலவழிக்க உங்க அப்பாம்மா...

மாது : Do something I say...

கடோத் : பாட்டிக்கு பார்த்தியை பிடிக்காம போயிடணும்... அவ்ளோதானே... கம்ப்யூட்டர் இருக்குல்லியா... போடு... www.langini.com...

மாது : இதென்ன சைட்...

கடோத் : என் சைட்...

மாது : உன் சைட் www.kadothgajan.com இல்லையோ...

கடோத் : அது s...i...t...e...ப்பா... இது s...i...g...h...t... என் லவ்வர்... டாவு...

மாது : அது என்ன லங்கிணின்னு பேரு...

கடோத் : ஆதிவாசி பொண்ணுய்யா... நீ போடு...

(மாது டைப் அடிக்க-ஒரு lights off & lights onல் லுங்கி கட்டிக்கொண்டு ஒருவர் நிற்பது)

மாது : யாருய்யா இது லுங்கியோட...

கடோத் : (கம்ப்யூட்டரை பார்த்துவிட்டு)ஏய் மாது... எனக்கு தெரியும்... l...a...n...g...i...n...i...க்கு பதிலா l...u...n...g...i...n...i... லுங்கினின்னு அடிச்சிருக்க... அதான் லுங்கியோட வந்திருக்கான்... யோவ்... போய்யா...

லுங்கி : எப்பிடி போறது... எப்பிடி வரவழைச்சீங்களோ அப்பிடியே திருப்பி அனுப்புங்க...

மாது : என்ன சொல்றான் அவன்...

கடோத் : கம்ப்யூட்டர்ல வரவழைச்சோம்ல... திருப்பி கம்ப்யூட்டர் வழியாத்தான் திருப்பி அனுப்பணும்... மாது... download பண்ணியே... save பண்ணியா...

லுங்கி : ஷேவ் பண்ண சொல்லப்பத்தாம்பா என்னை download பண்ணிட்டீங்க...

கடோத் : டேய்... இது shave இல்லடா... save.... மாது... எங்க காட்டுக்கே இவன்தான் பார்பர்...

மாது : அப்ப barbarianனு சொல்லு... நல்லவேளை save பண்ணல... டேய்... தியாகு... போய்... power cut

பண்ணுங்கடா...

(தியாகு வெளியே செல்ல, lights off&lights on. லுங்கன் சென்றிருப்பது) எப்பிடியா போயிட்டான்...

(மாது டைப் அடிக்க- Background chorus ல் 'Loading... loading..' என்று வந்து, 'Lights off& lights on'ல் லங்கிணி தோன்றுவது)

லங்கிணி : எங்கே இரண்டு நாட்களாக உங்களை காண வில்லை... எங்கே சென்று விட்டீர்களோ என்று நானும் தேடாத காடு இல்லை... சுடுகாட்டில் கூட தேடிப் பார்த்து விட்டேன்...

கடோத் : உனக்கு message அனுப்பினேனே காட்ஸ்ஸப்ல... பாக்கலியா...

மாது : காட்சப்பா...

கடோத் : ஆமா உங்களுக்கு வாட்சேப்... எங்களுக்கு காட்சாப்.

லங்கிணி : இப்ப எதுக்கு என்னை கூப்பிட்ட....

கடோத் : நீ உள்ளே போய் pregnant ஆன மாதிரி வயத்துல துணியை கட்டிக்க...வா....

லங்கிணி : அவ்வளவு துணிக்கு எங்க போறது...

மாது : இந்த வீட்டுல பத்து கம்ப்யூட்டர் வாங்கற அளவுக்கு பாட்டி துணி இருக்கு...

(Lights off)

காட்சி-6

மாது வீடு

(நடு ஹாலில் நின்று கொண்டு மாது கத்துவது)

மாது : பாட்டி... பாட்டி...

பாட்டி : (பார்த்தியுடன் வந்து) டேய்... இப்ப எதுக்குடா நடு ஹால்ல நின்னுண்டு பாட்டி பாட்டின்னு கத்தி என் மானத்தை வாங்கற...

மாது : ம்... இவனால உனக்கு போன மானத்துக்கு நியாயமா பாத்தா நான் நடுத்தெருவுல நின்னு கத்தணும்...

பாட்டி : பாவம்... குழந்தையை ஏண்டா திட்டற....

மாது : யாரு... இவன் குழந்தையா... கரெக்ட்... ஆனா இந்த குழந்தையால இன்னொரு குழந்தை வரப்போகுது...

பாட்டி : கல்யாணமே ஆகல இவனுக்கும் ஜானகிக்கும்... அதுக்குள்ள எப்பிடிடா குழந்தை...?

மாது : ஜானகிக்குத்தான் இன்னும் கல்யாணம் ஆகல... இவனுக்கு ஆயிடுச்சு.

பாட்டி : என்னடா உளர்ற...

மாது : ஒரு நிமிஷம்... லங்கிணி... லங்கிணி...

பாட்டி : என்ன தைரியம் இருந்தா என்னை லங்கிணின்னு கூப்பிடுவ...

மாது : அய்யோ உன்னை இல்ல பாட்டி...(லங்கிணி வர)

மாது : பாட்டி... இதான் லங்கிணி...

மாது : (லங்கிணியை பார்த்து)லங்கிணி... ஏம்மா லேட்டு...

லங்கிணி : நீங்க சொன்ன அளவுக்கெல்லாம் அங்க துணி இல்லிங்க...

பாட்டி : துணியா...

மாது : அது... துணின்னா என்ன துணியா... துணிவு... பாவம்... சாதுப் பொண்ணு... உள்ள வர்றதுக்கு துணிவு இல்லேங்கறா...

பாட்டி : மாது... துணின்ன உடனேதாண்டா ஞாபகம் வருது... நான் உள்ளே வெச்சிருந்த பழந்துணிலாம் திடீர்னு காணாம போயிடுச்சுடா...

மாது : போய் பத்திரிகைல சொல்லு... பட்டப்பகலில் துணிகர கொள்ளைன்னு போடுவான்... லங்கிணி... அப்பறம் எப்பிடி அட்ஜஸ்ட் பண்ணின... (லங்கிணி ஏதோ சொல்ல வர)

பாட்டி : மாது... அப்புறம் தண்ணி புடிக்கறதுக்காக வெச்சிருந்த பானையை கூட காணும்டா...

மாது : ஏம்மா... பானையா... (லங்கிணி தட்டி காட்டு கிறாள்)

பாட்டி : பானையா...

மாது : ம்... பானை பிடித்தவள் பாக்கியசாலி...

பாட்டி : என்னடா மாது... இவ வயத்துலர்ந்து கடம் சத்தம் வருது...

மாது : அது கடம் இல்லை பாட்டி... இந்த பார்த்தியோட தனியாவர்த்தனத்தால வந்த சங்கடம்...

பார்த்தி : ஏய்... என்னை எதுக்கு இதுல இழுக்கற... யார்டா இந்த பொண்ணு...

மாது : பாட்டி... நான் சொன்னேனே... பார்த்திக்கு கல்யாணம் ஆயிடுச்சுன்னு... இவளோடதான்... வாயும் வயிறுமா வந்து நிக்கறா...

பார்த்தி : யார்... இந்த ஆதிவாசி பொண்ணா...

மாது : So... இது ஆதிவாசின்னு தெரியுது...

பார்த்தி : ஏன் தெரியாது... நான் கோத்தகிரில எத்தனை ஆதிவாசி பொண்ணுங்களை பாத்தேன்...

மாது : அப்ப பின்னாடி நிறைய ஆதிவாசி பொண்ணுங்க வருவாங்கன்னு சொல்லு... வாயும் வயிறுமா...

பாட்டி : என்னடா வாயும் வயிறுமா வாயும் வயிறுமான்னு சொல்லிண்டிருக்க... எல்லாரும் வாயும் வயிறுமாதான் இருக்காங்க...

மாது : அய்யோ... புரிஞ்சுக்க மாட்டேங்கறியே... அந்த வாயும் வயிறுமா இல்லை... She is pregnant... 9 மாசம்... அதற்கு காரணம் இந்த blackguard பார்த்தி... (தொப்பையை தட்டிவிட்டு) நாலு வருஷம் இருக்கும் போலருக்கு...

பாட்டி : என்னடா உளர்றே...

மாது : லங்கிணி... எங்கிட்ட சொன்னதை அப்பிடியே திருப்பி சொல்லேன்...

லங்கிணி : மறந்துட்டேங்க...

மாது : நானே சொல்றேன்... நானே சொல்றேன்... பார்த்தி... நீ கோத்தகிரி போனேல்ல...

பார்த்தி : ஆமாம்... போனேன்...

மாது : இந்த பொண்ணை பாத்த ஞாபகம் இருக்கா...

பார்த்தி : சுத்தமா இல்லை...

மாது : கரெக்ட்... இருட்டுல பாத்தா எப்பிடி ஞாபகம் இருக்கும்...

பாட்டி : இருட்டா... ஏண்டா... கோத்தகிரில பவர் கிடையாதா...?

மாது : அய்யோ... அந்த இருட்டு இல்லை பாட்டி இது... இவளை ஏமாத்தி வாயும் வயிறுமா ஆக்கிட்டு கல்யாணம் வேற பண்ணிண்டிருக்கான்...

பாட்டி : கல்யாணமா... அதுக்கு என்னடா சாட்சி...

மாது : அதான் வாயும் வயிறுமா இருக்காளே...

பாட்டி : திருப்பி திருப்பி வாயும் வயிறும் வாயும் வயிறுமாங்கறியே... கழுத்துல தாலி வேற இல்லை... தாலி எங்கெ...

லங்கிணி : இல்லங்க... தாலியோடத்தான் வந்தேன்... ஆனா இப்ப தாலியை கழட்டறதுதான் ஃபேஷன்னு சொன்னாங்க... அதான் கழட்டிட்டேன்...

மாது : அதுவுமில்லாம வர வழியில ஒரு தியேட்டர்ல ஓகே லங்கிணின்னு ஒரு சினிமா பாத்தா... அதுல தாலி கட்டிக்காமத்தான் ஒண்ணா இருக்காங்க... அதான்... தாலியை கழட்டிட்டா... (கடோத்கஜனை பார்த்து) என்ன கடோத்கஜா...

கடோத் : சூப்பர்... ஓஹோய் தலைவா... ஓஹோய் தலைவா...

பாட்டி : என்னடா... என்ன கடோத்கஜன்...?

மாது : இல்ல பாட்டி... பார்த்திக்கு ஆபீஸ்ல கடோத் கஜன்னு ஒரு nickname உண்டு... அதை சொன்னேன்...

பாட்டி : கிங்கிணி...

மாது : கிங்கிணி இல்ல பாட்டி... லங்கிணி...

பாட்டி : சரிடா... ஏதோ ஒரு கிணி... உனக்குத்தாம்மா நன்றி சொல்லணும்... பார்த்தி... நல்லா கேட்டுக் கோ... ஜானகி உனக்குக் கிடையாது... அந்த இன்விடேஷனல்லாம் கிழிச்சுப் போட்டுடப் போறேன்...

பார்த்தி : பாட்டி... நம்பாதே... black magic பண்ணி யாரையோ கூட்டிண்டு வந்து நம்மள ஏமாத்தறான்... பாரு... அடிக்கடி கடோத்கஜா கடோத்கஜாங்கறான்...

பாட்டி : அது நீதானடா...

கடோத் : அவ வயித்துல வளர்ற குழந்தைக்கு பதில் சொல்லிட்டு போக சொல்லு...

மாது : அவ வயித்துல வளர்ற குழந்தைக்கு பதில் சொல்லிட்டு போ...

பார்த்தி : (கிண்டலாக) ம்... வயத்துல வளர்ற அந்த குழந்தையை கேள்வி கேக்கச் சொல்லு... நான் பதில் சொல்றேன்...

மாது : வயத்துல வளர்ற குழந்தை எப்பிடிடா பேசும்...

கடோத் : பேசும்... நான் பேச வைக்கிறேன்...

மாது : எப்பிடி...

கடோத் : அமிதாப்பச்சன் பேசும்போது லங்கிணி பச்சன் பேசக்கூடாதா...

குரல் : அப்பா... (பார்த்தி திடுக்கிட்டு திரும்பி பார்க்கிறான்)

குரல் : பாட்டி...

பாட்டி : அய்யய்யோ... வயித்துல வளர்ற குழந்தை பேசறதே ...

மாது : பேசறது என்ன பாட்டி... பாடும்... என்ன கடோத்கஜா...

கடோத் : ம்ம்ம்....

குரல் : Baa baa black sheep... have you any wool... yes sir yes sir... three bags full...

மாது : போதுமா... நீ பண்ண crimeனால குழந்தை rhyme சொல்றது...

பாட்டி : உன் பேர் என்ன பாப்பா...

மாது : திருவேங்கடம் alias பழைய துணிகாசலம்...

லங்கிணி : இவ்வளவு சொல்றீங்களே... விஷ்ணு சஹஸ்ர நாமம் சொல்லும்... டேய்... விஷ்ணு சஹஸ்ரநாமம் சொல்லுடா...

கடோத் : லங்கிணி... ரொம்ப கமிட் பண்ணிக்காத... என் பிராணன் போறது...

குரல் : அப்பா... அம்மாவை இப்பிடி மறந்துட்டியேப்பா... கோத்தகிரிக்கு வந்து அம்மாவோட நீ பழகினது உனக்கு ஞாபகம் இல்லை... அதனாலதானப்பா நான் வந்தேன்...

மாது : போதுமா... குழந்தை கேள்வி கேக்கறது... பதில் சொல்லு...

பார்த்தி : பாட்டி... நம்பாதே... இது black magic... black magic... black magic...

(கரண்ட் கட் ஆகிறது)

பாட்டி : மூதேவி... நீ black magic black magicனு சொன்ன வேளை... கரண்ட் போய் black out ஆயிடுச்சு... மாது... என்னடா கரண்ட் போயிடுச்சு...

மாது : ஒண்ணும் இல்லை பாட்டி... இப்ப வந்துடும்...

(பவர் வருகிறது)

பாட்டி : நீ சொல்லும்மா... *(அவள் இல்லாததை உணர்ந்து)* என்னடா அவளை காணும்...

பார்த்தி : நான் சொல்லலை பாட்டி... இது எல்லாம் black magic...

பாட்டி : மாது... எங்கடா அவ...

மாது : அது வந்து... அது வந்து... அது...

பாட்டி : என்ன அது வந்து இது வந்து...இதெல்லாம் உன் வேலையா... நான் ஒரு முட்டாள்... நல்ல வேளை... இன்விடேஷனை கிழிக்க இருந்தேன்... பார்த்தி... நீ போடா கண்ணா ஆபீசுக்கு...

(பார்த்தி வெளியில் செல்ல; பாட்டி உள்ளே செல்கிறாள்)

கடோத் : நான் என்னப்பா பண்றது... current cutல power fluctuation... file corrupt ஆகி... போயிட்டா...

மாது : என்ன கடோத்கஜா... T20ல last ball six அடிச்சு ஜெயிப்பேன்னு பாத்தா இப்பிடி catch கொடுத்து என்னை அவுட் ஆக்கிட்டியே...

(Lights off)

காட்சி-7

மாது வீடு

(ரமேஷும் கோவிந்தசாமியும் நின்றிருக்க,
மாது உள்ளே நுழைகிறான்)

மாது : யோவ்... எங்கய்யா உங்க ஓஹோய் தலைவா... ஓஹோய் தலைவா...

ரமேஷ் : அண்ணா உள்ளே லட்டு தின்னுக்கிட்டிருக்காரு...

மாது : கடோத்கஜா...

கடோத் : பார்த்தி - ஜானகி கல்யாணத்துக்காக பாட்டி பண்ண லட்டு சூப்பர்யா...

மாது : போற போக்குல கல்யாணத்தை நீயே நடத்தி வெச்சுடுவே போலருக்கே...

பாட்டி : (வந்து) மாது... பார்த்தி - ஜானகி கல்யாணத்துக்காக நூறு லட்டு பண்ணி வெச்சிருந்தேன்... அத்தனையும் காணும்டா...

மாது : நூறா சாப்பிட்ட....

கடோத் : ஆமா... எண்ணி பாத்தேன்... நூறு இருந்தது... கௌரவர்கள் ஞாபகம் வந்து... துரியோதனன்... துச்சாதனன்னு... நாசம் பண்ணிட்டேன்...

மாது : நீ மாயா பஜார்லியே இருக்க... பாண்டி பஜாருக்கு வாய்யா...

கடோத் : இப்ப உன் கல்யாணத்துல என்ன பிரச்சனை... தாத்தா...

மாது : அவர்தான் செத்துப் போயிட்டாரேய்யா...

கடோத் : வெறுமன செத்துப் போயிருந்தா பரவாயில் லையே... வாக்கு கொடுத்துட்டுன்னா செத்துப் போயிருக்கார்... அவர் திரும்ப வந்து வாக்கை திரும்பி வாங்கினுட்டா... third umpire மாதிரி... பார்த்தி அவுட்...

மாது : செத்தவர் எப்பிடியா வருவார்...

கடோத் : டேய்... அந்த மாயக்கண்ணாடியை கொண்டு வாங்கடா...

மாது : என்னதிது...

கடோத் : தொடை மேல...

மாது : தொடை மேலயா...

கடோத் : சரி... laptop... தமிழ்ல சொன்னேய்யா... என்னடா இவ்வளவு தூசியா இருக்கு... தொடைமேல மேல தொடை... *(ரமேஷ் துடைத்துக் கொடுக்க)*

மாது : மாயக்கண்ணாடின்ன...

கடோத் : முதல்ல மாயக்கண்ணாடிதான் வெச்சிருந்தேன்... அப்பறம் ஒரு தடவை மேல் லோகம் போயி ருந்தேன்... அங்க ஸ்டீவ் ஜாப்ஸை meet பண்ணேன்... அவர் சொன்னார்... ஏன் இவ்வளவு பெரிசை வெச்சுண்டு திண்டாடறே... take an apple a day and keep the மாயக்கண்ணாடி awayனு Apple மாயக்கண்ணாடி பண்ணிக் கொடுத்தாரு... சும்மாயில்ல... touch screen...

மாது : யோவ்... என்னய்யாது... மாயக்கண்ணாடில நான் தெரியறேன்...

கடோத் : *(காமராவை off செய்துவிட்டு விரலால் screenனை நகர்த்தியபடி)* இப்ப தாத்தா எங்க இருக்கா ருன்னு பாக்கலாமா... சொர்க்கம்... காணுமே சொர்க்கத்துல...

மாது : யோவ்... அந்த ஆளு பண்ண பாவத்துக்கு அவன் நரகத்துலதான்யா இருப்பான்...

கடோத் : நரகம்... அங்கேயும் காணோமே... (என்று மேலும் screenனை move பண்ணி) ஆமாம்... நம்பர் நாலு சிவராமன் தெரு எது...

மாது : பக்கத்து வீடு...

கடோத் : அய்யய்யோ... இப்ப தாத்தா பக்கத்து வீட்டுல பேரனா பொறந்திருக்காரு... இப்ப பேரு வெச்சிக் கிட்டிருக்காங்க... zoom பண்ணி என்ன பேர் வைக்கிறாங்க பாப்போமா... பிச்சமூர்த்தி alias பிச்சை... அது சரி... முதல்ல ஆறு பொறந்து தங்காம ஏழாவதா பொறந்திருக்காரு... அதான் பிச்சைன்னு வெச்சிருக்காங்க...

மாது : யோவ்... தாத்தா பேரும் பிச்சைதான்யா... அதே ராமானுஜம் alias பிச்சை...

குரல் : அம்மா... தாயே... பிச்சை வந்திருக்கேன்மா...

கடோத் : யோவ் பிச்சை உள்ளே வாய்யா...(பிச்சைக்காரன் உள்ளே வர) உனக்கு தாத்தாதான வேணும்... (ரமேஷைப் பார்த்து) டேய்... மந்திரம் போடுங்கடா...

கோரஸ் : அம் அஹ... இம் இஹ... உம் உஹ...

(Lights off / Lights on - பிச்சைக்காரனுக்கு பதில் தாத்தா இருக்கிறார்)

கடோத் : (பெருமையாக) எப்பிடி...

மாது : அய்ய்ய்யோ... அப்பிடியே தாத்தா ஆக்கிட்டியே...

தாத்தா : அம்மா... தாயே... பிச்சை போடுங்கம்மா...

மாது : என்ன கண்றாவியா இது...

கடோத் : ஒண்ணும் செய்ய முடியாது... இவர் உருவத்தளவுள உங்க தாத்தா... உள்ளத்தளவுல பிச்சைக்காரன்...

மாது : உன் பேர் என்னய்யா...

தாத்தா : என் பேரு டாடா...

மாது : என்னய்யாது... பிச்சைக்காரன் போயி டாடா பிர்லானுலாம் பேர் வெச்சிக்கிட்டிருக்க... இத பார்... இனிமே நீ டாடா இல்லை... தாத்தா...

நாங்க உன் உருவத்தை மாத்திட்டோம்... இப்ப உன் மூஞ்சியை பாரு...

தாத்தா : அய்யய்யோ... எனக்கு இன்னும் 30 வயசு கூட ஆகலைய்யா...

மாது : இனிமே நீ முப்பது இல்லை... மூப்பது... கிழவன்... நான் சொல்றதை கேட்டியானா...

தாத்தா : எனக்கு நாலு வேளை சோறு போடுவியா...

மாது : நாலு வேளையா... வேலை செய்யற நாங்களே ரெண்டு வேளைதான் சாப்பிடறோம்...

தாத்தா : சொல்லுவியே... நாலு தெரு நடந்து பிச்சை எடுத்துப் பாருய்யா தெரியும்... பசி வயித்தைக் கிள்ளும்...

மாது : இப்ப உன் பொண்டாட்டி பாட்டியை கூப்பிட றேன்...

தாத்தா : என் பொண்டாட்டி பாட்டியா... சின்ன பொண் ணுய்யா... பேரு அன்னபூரணி... அவளுக்காகத்தான் பிச்சையே எடுக்கறேன்...

மாது : அன்னபூரணிக்கே பிச்சையா? நான் சொல்றபடி நடிச்சேன்னா... உனக்கு என்ன வேணும் சொல்லு...

தாத்தா : பழையபடி என்னை பிச்சைக்காரன் ஆக்கிடுயா... நல்லா சம்பாதிச்சுக்கிட்டிருந்தேன்... என் பொழப்புல மண்ண அள்ளிப் போட்டுடுவ போலருக்கே...

மாது : சம்பாதிச்சுக்கிட்டிருந்தியா...

தாத்தா : பின்ன... எல்லா பேங்கிலியும் எனக்கு அக்கவுண்ட் இருக்குயா...

மாது : நீ எங்க குடியிருக்க...

தாத்தா : கெனால் பேங்காண்ட....

மாது : அதுவும் பேங்கா... இப்ப என்ன பண்றே... நான் பாட்டியை... அதான்... உன் பொண்டாட்டியை கூப்பிடறேன்... அவ பேரு அன்னபூரணி

இல்ல... கௌசல்யா... நீ அவ எதிரில... ஜானகியை மாதுவுக்குத்தான் கல்யாணம் பண்ணி வைக்கணும்னு சொல்ற...

தாத்தா : சொன்னா...

மாது : உனக்குப் பத்தாயிர ரூபா தரேன்...

தாத்தா : அய்ய்யோ... பத்தாயிர ரூபா பிச்சை போடறியா...

மாது : பிச்சை இல்லைய்யா... தரேன்யா... நல்லா நடிப்பியா...

தாத்தா : என்ன அப்பிடி சொல்லிட்ட நீ... என் நடிப்பை பாத்தா சிவாஜியே பிச்சை வாங்கணும்...

மாது : இதுதான்... இதுதான் கொஞ்சம் இடிக்குது...

தாத்தா : நீ எதுக்கும் கவலைப்படாத... கூப்பிடு... பிச்சை உதறிடறேன்...

மாது : மறுபடியும் பிச்சையா... அது பிச்சு உதறர்துயா... பிச்சை பிச்சைங்கறியே... கடோத்கஜா... இவனோட பெரிய கழுத்தறுப்பா இருக்கே...?

தாத்தா : அது யாரு கடோத்கஜன்...?

மாது : இங்க இருக்கான்... ஆனா உன் கண்ணுக்குத் தெரிய மாட்டான்...

தாத்தா : சரி, சரி, இருந்துட்டுப் போகட்டும்... நானே என் கண்ணுக்குத் தெரியலியே...

மாது : அப்ப கூப்பிடட்டுமா பாட்டியை...

தாத்தா : ம்...கூப்பிடு...

மாது : பாட்டி... பாட்டி...

(ஜானகி வெளியே வர)

தாத்தா : அம்மா தாயே கௌசல்யா பாட்டி... ஜானகியை மாதுவுக்குப் பிச்சை போடுங்கம்மா.

மாது : யோவ்... இது பாட்டி இல்லையா... என்னோட பார்ட்டி... ஜானகி...

ஜானகி : மாது... என்னதிது... செத்துப் போன தாத்தா எப்பிடி வந்தார்...?

மாது : அதான் ஜானகி... அம் அஹ... இம் இஹ... உம் உஹ...

தாத்தா : ஆமாம்மா... உருவத்துலதான் நான் தாத்தா... உள்ளத்துல நான் பிச்சைக்காரன்...

மாது : ஆமா... பாட்டி எங்கே...

பார்த்தி : (வந்து) பாட்டி இப்ப வர மாட்டா...

மாது : ஏன்...?

பார்த்தி : கோயிலுக்கு போயிருக்கா... கபாலி கோயில்ல உற்சவம்... கபாலீஸ்வரர் இன்னிக்கு பிக்ஷாண்டவர் கோலம்...

மாது : போச்சுடா... அங்கேயும் பிச்சையா...

பார்த்தி : (தாத்தாவைப் பார்த்து) தாத்தா... நீங்க... டிரெயின்ல...

தாத்தா : டிரெயினா... டிரெயின்லலாம் நான் பிச்சை எடுக்க மாட்டேன்...

பார்த்தி : எப்பிடியோ... நீங்க தப்பிச்சு வந்தது ரொம்ப நல்லதா போச்சு... நாளைக்கு எங்க சித்தப்பாலாம் பாக்கு வெத்திலை மாத்த வர்றாங்க... அப்ப நீங்களும் இருந்தா ரொம்ப விசேஷம்... (ஜானகியிடம்) ஜானகி... தாத்தாவே வந்தாச்சு... நாளைக்கு பாக்கு வெத்திலை... அப்பறம் நேரே கல்யாணந்தான்... ம்...

தாத்தா : பாக்கு வெத்திலை போடறதா... முதல்ல சோத்தை போடுங்கய்யா...

(Lights off)

காட்சி-8

மாது வீடு

(பார்த்தியும் சித்தப்பாக்களும் நின்று கொண்டிருக்கிறார்கள். மற்றபடி மாது, பாட்டி, தாத்தா, ஜானகி)

மாது : *யாருப்பா இவங்கல்லாம்...*

பார்த்தி : *இது என் சித்தப்பா ராமசாமி... அது அவரோட தம்பி லக்ஷ்மணசாமி...*

மாது : *அப்ப அவரும் சித்தப்பாதான...*

பார்த்தி : *ம்... அப்பிடியும் வெச்சுக்கலாம்...*

மாது : *அப்பிடித்தான்யா வெச்சுக்கணும்... உங்க அப்பா வரலியா...*

பார்த்தி : *அவரு செத்துப் போயிட்டாரு...*

மாது : *ஓ... அப்ப இவங்கல்லாம் சித்தப்பா... அவரு செத்தப்பாவா...*

பார்த்தி : *எனக்கு இது இல்லாம இன்னும் ரெண்டு சித்தப்பா இருக்காங்க... டாக்ஸில இடம் இல்லேன்னு அவங்க வரலை...*

மாது : *இது ராமசாமி... இது லட்சுமணசாமி... அப்ப வீட்டுல இருக்கறது பரதசாமியும் சத்ருகன சாமியுமா...*

பார்த்தி : *இல்லை... நகுலசாமி... சகாதேவசாமி...*

மாது : *என்னய்யா... மகாபாரதத்தையும் ராமாயணத் தையும் இப்பிடி கலக்கற...*

ராம : இது இல்லாம எங்களுக்கு ஒரு தங்கச்சி இருக்கா...

மாது : பேர் என்ன திரௌபதி சாமியா...

ராம : எப்பிடி கண்டு பிடிச்சீங்க...

மாது : ஆர்டர்ல அதுதான வரணும்...

லக்ஷ்மண : (மாதுவை காட்டி) பார்த்தி... யார் இது...?

பார்த்தி : அதான் சொன்னேனே சித்தப்பா... ஜானகியை லவ் பண்ணான்னு...

லக்ஷ்மண : ஓ... மாது... சரி...

(பாட்டி, தாத்தா, ஜானகி வர)

பார்த்தி : சித்தப்பா... இதான் ஜானகியோட பாட்டி... இதான் தாத்தா...

ராம : ஓ... கல்யாணத்துக்கு உங்க அப்பாகிட்ட வாக்கு கொடுத்தவர் இவர்தானா...

தாத்தா : Beg your pardon...

ராம : ஏன் காது கேக்காதா... beg your pardonங்கறாரு...

மாது : இது வேற begயா... இது உங்களுக்குப் புரியாது... (தாத்தா கன்னத்தில் குத்தி)இதுக்கு மட்டும் english தெரிஞ்சு வெச்சுக்கோ... வாக்கு கொடுக்கலைன்னு சொல்லு...

ராம : (பாட்டியிடம்) அப்பறம் பாட்டி... நாங்க இங்க வந்ததே ஒரு முக்கியமான விஷயத்துக்காக... அதாவது... இந்தக் கல்யாணத்தை simpleஆ வீட்டோட நடத்திடலாம்... அனாவசியமா தாம் தூம்னு எல்லோரையும் கூப்பிட்டு ரிஸப்ஷன் டின்னர்னு சோத்தை வீணாக்க வேண்டாம்... அதுக்கு பதிலா...

பாட்டி : அதுக்கு பதிலா...

ராம : அன்னதானம் பண்ணிடுவோம்...

பாட்டி : யாருக்கு...

லக்ஷ்மண : கோயில்ல பிச்சைக்காரங்க இருக்க மாட்டாங்களா?

தாத்தா : (மகிழ்ச்சியடைந்து) சார்... கையை கொடுங்க

சார்... நீங்க வந்ததுலேர்ந்து இப்பதான் ஒரு நல்ல வார்த்தையை சொல்றீங்க...

ராம : அப்ப உங்களுக்கு ஓகேயா...

தாத்தா : வெறும் ஓகே இல்லை சார்... Imnopqrstuvw வரைக்கும் ஓகே... பிச்சைக்காரங்களை பத்தி நீங்க கவலையே படாதீங்க... சங்கத் தலைவன் நான்... அவங்களை கூட்டிட்டு வர வேண்டியது என் பொறுப்பு... கபாலி கோயில்ல ஒரு 150 தேறும்... சாய்பாபா கோயில்ல ஒரு 60... night reception உண்டா...

லக்ஷ்மண : உண்டே...

தாத்தா : சரியா போச்சு... அப்ப ராப்பிச்சை உண்டு...

மாது : கடோத்கஜா... என்ன இப்பிடி எல்லாம் உல்டாவா போயிக்கிட்டு இருக்கு...

கடோத் : நான் என்ன செய்வேன்... இந்த angleஐ நான் எதிர்பார்க்கவே இல்லையே...

(Lights off)

காட்சி-9

மாது வீடு

(மாது இருக்க, ஜானகி வருகிறாள்)

ஜானகி : மாது... விடிஞ்சா கல்யாணம்... எனக்கும் பார்த்திக்கும்... ஒண்ணும் பண்ணாம இப்பிடி மசமசன்னு நிக்கறியே... ஏதாவது செய்...

பாட்டி : (வந்து) ஜானகி... விடிஞ்சா கல்யாணம். இப்பிடி ஒண்ணும் பண்ணாம மசமசன்னு நிக்கறியே... மடிசார் கட்டிக்கணும் தெரியுமோன்னோ... ஒம்பது கஜம்... (என்று உள்ளே செல்ல)

மாது : கடோத்கஜா...

பாட்டி : (திரும்பி பார்த்து) கடோத்கஜன் இல்லடா... ஒம்பது கஜம்... அதுலதான் மடிசார் கட்ட முடியும்... (கடோத்கஜன் வந்து)

மாது : உன்னை நம்பினேன் பாரு... நீயெல்லாம் ஒரு மனுஷனாய்யா... விடிஞ்சா கல்யாணம்யா... ஒண்ணு... கல்யாணம் நடக்காம இருக்கறதுக்கு ஏதாவது பண்ணு...

கடோத் : பார்... இதான் best... பார்த்தி கண்ணுக்கு ஜானகியை பிடிக்காம போயிட்டா...

மாது : எப்பிடி... பார்த்தி கண்ணை டப்ஸா ஆக்கிட லாங்கறியா...

கடோத் : அது இல்லப்பா... உன் கண்ணுக்கே ஜானகியை பிடிக்காம ஆக்கிடுவேன்...

மாது : எப்பிடி...

கடோத் : உன் கண்ணுக்கு ஜானகி குரங்கா தெரிஞ்சா... குரங்கு வேண்டாம்...

மாது : ஏன்...

கடோத் : மனம் ஒரு குரங்கு... அதையும் மீறி பிடிச்சிருக்குன்னு சொன்னாலும் சொல்லிடுவான்... கரடியா மாத்திட்டா... கரடிக்குத் தாலி கட்ட மாட்டேன்னு பார்த்தி ஓடிடுவான்...

மாது : எப்பிடி மாத்தறது... ஓ... அம் அஹ... இம் இஹ... உம் உஹ... அந்த மந்திரம்தான... எல்லாத்துக்கும் அந்த மந்திரம்தானா... சர்வலோக நிவாரணி போலருக்கு...

கடோத் : Syllabusஐ மாத்தாதய்யா... என்னையே குழப்பிடுவ போலருக்கே...

(லங்கிணி குரல்)

லங்கிணி : யோவ்...கடோத்கஜா...

கடோத் : லங்கிணி கூப்பிடறயா... என்னம்மா...

லங்கிணி : இன்னுமா கல்யாணத்தை நிறுத்தல...

கடோத் : என்ன கரிசனம் பாத்தியா... ஒரு ஐடியா பண்ணிக்கிட்டிருக்கேம்மா...

லங்கிணி : சீக்கிரம் ஐடியா பண்ணு... அப்பறம் உன் கல்யாணம் நின்னுடும்...

கடோத் : என்ன சொல்ற நீ...

லங்கிணி : எங்க அப்பன் காத்தவராயனுக்கு என்னை கல்யாணம் பண்ணி வைக்கிறதா இருக்கான்...

மாது : யார் காத்தவராயன்...

கடோத் : உனக்கு பார்த்தி மாதிரி எனக்கு காத்தவராயன்... நீ சொல்லும்மா...

லங்கிணி : யோவ்... விடிஞ்சா கல்யாணம்யா....

கடோத் : தெரியும்மா... பார்த்திக்கும் ஜானகிக்கும்...

லங்கிணி : இல்லையா... எனக்கும் காத்தவராயனுக்கும்...

கடோத் : அங்கியும் விடிஞ்சா கல்யாணமா... விடிஞ்சுது போ...

லங்கிணி : யோவ்... பேசிக்கிட்டே நிக்காதய்யா... உனக்கு நான் முக்கியமா... அந்த மாது முக்கியமா...

கடோத் : லங்கிணி... எனக்கு நீதான் முக்கியம்...

மாது : அடப்பாவி... லங்கிணிதான் முக்கியம்னு சொல்லிட்டியே...

கடோத் : உனக்கு நான் முக்கியமா... ஜானகி முக்கியமா...

மாது : ஜானகிதான் முக்கியம்...

கடோத் : அப்ப எனக்கும் லங்கிணிதான் முக்கியம்... நான் கிளம்பறேன்...

மாது : அப்ப அந்தக் கரடி plan...

கடோத் : நீயே அந்த மந்திரத்தை கரெக்டாதான் சொல்ற... நீயே சொல்லிடு...

மாது : சரி... திரும்ப கரடியை ஜானகியா எப்பிடி மாத்தறது...

கடோத் : அதே மந்திரம்தான்...

மாது : ஏதாவது பிரச்சனை வந்ததுன்னா...

கடோத் : டேய்... அந்த மாயக்கண்ணாடியை கொடுத்துட்டு வாங்கடா... ஏதாவது பிரச்சனைனா நீ skypeல கூப்பிடு... லங்கிணி இதோ வரேன்... டேய் வாங்கடா... (என்று வெளியே ஓட)

மாது : மந்திரத்தை ஒரு வாட்டி டெஸ்ட் பண்ணி பாத்துடலாம்... ஜானகி... ஜானகி... (ஜானகி வர) ஜானகி... ஒரு first class idea... கொஞ்சம் அப்பிடியே நில்லு... (ஜானகி முன்னால் நின்று, கையை சுழற்றி) அம் அஹ... இம் இஹ... உம் உஹ...

(Lights off / Lights on - ஜானகிக்கு பதில் கரடி நிற்பது) ஆஹா... சூப்பர்... ஜானகி... உனக்கு ஜானகி getupஐ விட கரடி getup superஆ இருக்கு... இப்பிடியே இருந்துடேன்... நான் உன்னை கைவிட மாட்டேன்... I will bear with you... சரி... I will teddy bear with you... எப்பிடியும் கல்யாணத்துக்கப்பறம் நான் கரடியா கத்தினாலும் நீ காதுல போட்டுக்க போறதில்லை... அதுக்கு கரடியாவே இருந்து காதுல போட்டுக்காம இரேன்... என்ன கோவிச்சுக் கிறியா... சரி... மறுபடியும் ஜானகியாவே மாத்திடறேன்... (கையைச் சுற்றி)அம் அஹ... இம் இஹ... உம் உஹ... (Lights off / Lights on - கரடி போய் ஜானகி)

(Lights off)

காட்சி-10

மாது வீடு

(ராமசாமியும் லக்ஷ்மணசாமியும் உள்ளே வர, தாத்தா வரவேற்பது)

தாத்தா : வாங்க வாங்க வாங்க வாங்க...

ராம : என்ன வாசல்ல ஒரே கும்பலா இருக்கு...

தாத்தா : அவங்கல்லாம் முப்பாத்தம்மன் கோயில் பிச்சைக் காரங்க... எல்லாம் நம்ம சங்கத்தை சேர்ந்தவங்க தான்... அவங்களையும் அன்னதானத்துல include பண்ணிடுங்க... ஆனா நான் strictஆ சொல்லிட் டேங்க... கார்டு இருந்தாதான் சோறுன்னு...

(வெளியே செல்ல)

லக்ஷ்மண : என்ன உளர்றான்...

ராம : அவன் கிடக்கான் bloody beggar...

தாத்தா : (வந்து) என்ன கூப்பிட்டீங்களா...

ராம : கூப்பிட்டேனா... bloody beggarனு திட்டினேன்யா...

தாத்தா : நீங்க காறி துப்பினாலும் வருவேன் சார்... எடுக்கறது பிச்சை... இதுல என்ன சார் ஒய்யாரம்... அன்னதானம் உண்டுல்லியா...

ராம : (எரிச்சலாக) உண்டுய்யா... நீ வாடா...

மாது : *(வெளியே வந்து)* ஜானகி... அவங்கலாம் போயிட்டாங்க... now you can come... *(ஜானகி வர)* அப்பிடியே அசையாம நில்லு... நான் மந்திரம் போடறேன்...

ஜானகி : அது என்ன... இப்ப அடிக்கடி மந்திரம் போட்டுக் கிட்டிருக்கற...

மாது : சொல்றேன்... அம் அஹ... இம் இஹ... உம் உஹ... (Lights off / Lights on - *ஜானகி கரடியாக மாறுவது)* இப்ப போய் உன் மூஞ்சியை கண்ணாடில பாரு...

ஜானகி : நான் கண்ணாடி பாத்துதான டிரஸ் பண்ணிண்டு வந்திருக்கேன்...

மாது : ஹை... கரடி பேசுதே... Talking tom *மாதிரி* Talking கரடி... நீ போய் பாரேன் கண்ணாடில...

(கரடி உள்ளே போகிறது; அதே நேரம், zoo அதிகாரிகள் வருவது)

அதிகாரி : கௌசல்யா பாட்டி வீடு இதானே...

மாது : ஆமாம்...

அதிகாரி : என்னண்ணே... கௌசல்யா பாட்டி ஆம்பளையா இருக்காங்க...

மாது : யோவ்... நீ வீடுதானயா கேட்டே...

அதிகாரி : கல்யாணம் நடக்கப் போற வீடு இதானே...

மாது : *(ரகசியமாக)* In fact... கல்யாணம் நடக்க போகாத வீடு இது... நீங்க கல்யாணத்துக்காக வந்தீங்களா...

அதிகாரி : கல்யாணத்துக்காக வரல... கரடிக்காக வந்திருக் கோம்...

மாது : கரடிக்கா...

அதிகாரி 1 : நாங்க வண்டலூர் zooலேர்ந்து வர்றோம்... அங்க ஒரு கரடி தப்பிச்சிடுச்சு...

மாது : கரடி... தப்பிச்சுடுச்சா...

அதிகாரி 1 : ஆமாம்... அது உங்க வீட்டுல பூந்துட்டதா பக்கத்து வீட்டுக்காரன் சொன்னான்...

மாது : யோவ்... அவன் சொல்றதை நம்பாதீங்க... அவன் கரடி விடுவான்....

ஜானகி : மாது... என்ன என் மூஞ்சி கரடி மாதிரி இருக்கு...

அதிகாரி 2 : அண்ணே... இதோ இருக்குண்ணே நம்ம கரடி... ஆனா பேசுது...

அதிகாரி 1 : நடுவுல கொஞ்ச நாள் சர்க்கஸ்ல இருந்தது இல்லியா... அதுல பேச கத்துக் கொடுத்திருப் பாங்க... நீ பேசாதடா முதல்ல... புடிச்சுட்டு போய் வேன்ல ஏத்துடா...

மாது : (இரண்டாவது ஆள் கரடியை நோக்கி வர) சார்... சார்... அது கரடி இல்லை சார்... ஜானகி...

அதிகாரி 2 : ஜானகி இல்லை... ரீடா...

(கரடியின் கையை பிடித்து அழைத்துச் சென்றுவிட)

மாது : அய்யய்யோ... கடோத்கஜா... (Outblockல், ''கெட்டி மேளம்... கெட்டி மேளம்... கெட்டி மேளம்'' ஒலிக்க, ''கடோத்கஜா... தாலிய கட்டு...'' என்ற சத்தங்கள் கேட்கின்றன) இந்த சத்தத்துல நம்ம சத்தம் எங்க கேக்கப் போகுது... கிருஷ்ணா... (கிருஷ்ணர் தோன்றுகிறார்) கிருஷ்ணா... கிருஷ்ணா...

கிருஷ்ணர் : தெரியும்... கரடி ஜானகியை zooல புடிச்சுட்டு போயிட்டாங்க... அதானே...

மாது : ஆமாம் கிருஷ்ணா... இப்ப என்ன பண்றது...

கிருஷ்ணர் : வசதிதான... ஜானகி இல்லாம பார்த்தி கல்யாணம் எப்பிடி நடக்கும்...

மாது : அது சரி கிருஷ்ணா... ஜானகி இல்லாம என் கல்யாணம் எப்பிடி நடக்கும்...

கிருஷ்ணர் : கரடி இருந்தாதான் பார்த்தி கல்யாணம் நிக்கும்...

மாது : என்ன நீயும் அதையே சொல்றே... கடோத்கஜன் மாதிரி...

கிருஷ்ணர் : கடோத்கஜன் எவ்வழி... கிருஷ்ணன் அவ்வழி... (கண் மூடி, கை கூப்பி) மாமா...

(Lights off/Lights on - ஜாம்பவான் நிற்பது)

மாது : ஜானகி...

கிருஷ்ணர் : இது ஜானகி இல்ல... ஜாம்பவான்... என் மாமா...

மாது : அப்ப uncle bearஆ...

கிருஷ்ணர் : மாமா இல்லையா... மாமனார்...

மாது : அப்ப bear இல்லை... bearer...

கிருஷ்ணர் : என்னோட மாமனார் ஜாம்பவான்... என் பொண்டாட்டி ஜாம்பவதியோட அப்பா... மாமா... நீங்க பாட்டி கண்ணுக்கு ஜானகியாவும்... பார்த்தி கண்ணுக்கு நீங்களாவும் தெரியணும்... (கரடி தலையாட்ட) பாட்டியை கூப்பிடு...

மாது : பாட்டி... பாட்டி...

பாட்டி : (வந்து)என்னடா... கல்யாணம் நல்லபடியா நடக்கணும்னு கிருஷ்ணருக்கு பூஜை பண்ணிண்டிருந்தேன்... பூஜை வேளைல கரடி மாதிரி நீ ஏண்டா கூப்பிட்ட? (ஜானகியை பார்த்து) ஜானகி... நீ என்னம்மா இங்க நின்னுண்டிருக்க... உள்ளே போய் மணைல உக்காரு... இரு இரு... பார்த்தியை கூப்பிடறேன்... ரெண்டு பேரும் சேர்ந்தே போயிடுங்க பார்த்தி... பார்த்தி...

பார்த்தி : (கரடியை பார்த்து அலறி) அய்யோ பாட்டி... கரடி... கரடி...

பாட்டி : என்னடா கரடி கரடி... ஜானகிடா இது...

பார்த்தி : நல்லா பாரு பாட்டி... நீ குருடி... அது கரடி...

பாட்டி : Hairstyle பிரமாதமா இருக்கே... parlour போயிட்டு வந்தியா...

பார்த்தி : Parlourஆ... zooக்கு போயிட்டு வந்தியானு கேளு... உடம்பு பூரா hairstyle...

தாத்தா : (வெளியே வந்து)என்ன இங்க பிரச்னை... சீக்கிரம் வாங்கோ... வெளில பிச்சைக்காரங்கள்ளாம் wait பண்ணிக்கிட்டிருக்காங்க...

பார்த்தி : அய்யய்யோ... தாத்தா பிச்சைக்காரன் மாதிரி

பேசிக்கிட்டிருக்காரு... பொண்ணு கரடி மாதிரி இருக்கு...

பாட்டி : என்னடாது... என் ஆத்துக்காரரை பிச்சைக் காரங்கற... தாலி கட்டப் போற பொண்ணை கரடிங்கற...

தாத்தா : கௌசல்யா... one small correction... பிச்சைக்காரன்னு சொல்லாத... பிச்சைக்கார சங்கத் தலைவன்னு சொல்லு...

பாட்டி : ஏய்ய்ய்ய்... இது வேற... வாங்கோ...

(என்று தாத்தாவை அழைத்துக் கொண்டு உள்ளே செல்கிறாள்.

பார்த்தி : (தலையைப் பிய்த்துக் கொண்டு)எனக்கு இந்த கல்யாணமே வேண்டாம்... (ஓடி விடுகிறான்)

கிருஷ்ணர் : என்ன மாது... இப்ப திருப்தியா... பார்த்தி கல்யாணத்தை எப்பிடி நிறுத்தினேன் பாத்தியா...

மாது : ரொம்ப தேங்க்ஸ் கிருஷ்ணா... அப்பா... பார்த்தி கல்யாணம் நின்னுடுச்சு. அய்யய்யோ... ஜானகி zooல இல்ல இருக்கா...

கிருஷ்ணர் : (உள்ளே பார்த்து) ஜானகி...

ஜானகி : (வெளியே வந்து கோபமாக) மாது... இன்னும் அஞ்சு நிமிஷத்துல பார்த்தி என் கழுத்துல தாலி கட்டப்போறான்... இப்ப திருப்தியா...

மாது : ஜானகி... நீ... நீ... zooல இல்ல...?

ஜானகி : பார்த்தியை கல்யாணம் கட்டிக்கறதுக்கு பதிலா பேசாம நீ சொன்ன மாதிரி zooல போய் கரடியையே கட்டிக்கலாம்... ரெண்டும் ஒண்ணுதான்....

மாது : கிருஷ்ணா.... ஜானகி எப்பிடி இங்க...?

கிருஷ்ணர் : நல்லா கேட்டுக்க... zooலேர்ந்து வந்ததும் நான்தான்... கரடியா போனதும் நான்தான்...

மாது : Double actionஆ...

கிருஷ்ணர் : இல்ல... multiple action... பாட்டி, பார்த்தி, ஜானகி, பிச்சைக்கார தாத்தா, புல், பூண்டு, ஏன் நீ...

எல்லாமே நான்தான்... அந்த நான், நீங்கறதை எப்ப உணர்றியோ அப்ப நீ நானாயிடுவ... நான் நீயாயிடுவேன்...

மாது : கிருஷ்ணா... இது என்ன விளையாட்டு...

கிருஷ்ணர் : பாரதியார் சொன்ன தீராத விளையாட்டு... an eternal child playing an eternal game in an eternal garden... என்னோட garden, Brindavan garden... இதான் என்னோட கீதை... in fact... எனக்கு எல்லாருமே அர்ஜுனர்கள்தான்... including yourself... கல்யாணமும் யுத்தம்தான்... சம்சார யுத்தம்... சும்மா சும்மா அர்ஜுனன் மாதிரி அழாத பயத்துல... பயம்தான் சாவு... செத்தா கொள்ளி... இதான் பயந்தாங்கொள்ளிங்கறது...

பாட்டி : (வந்து)என்னடா மாது இங்க நிக்கறே... அவன்தான் ஓடி போயிட்டான்... நீ வந்து தாலி கட்டுடா...

தாத்தா : நான் வாக்கு கொடுத்துட்டேனே...

பாட்டி : உங்க வாக்கை கடாசி எறிங்க...

தாத்தா : எதுக்கு கடாசி எறியணும்... இலையோட இலையா குப்பைத் தொட்டில போடுங்க.... நான் பொறுக்கிக்கறேன்...

கிருஷ்ணர் : மாது... நல்லா ஞாபகம் வெச்சுக்க... எப்பவும்

பிரச்னை வந்தா ''சும்மா இரு''... don't be a prey to prayer... *இப்ப போய் தாலியை கட்டு... இனிமே எதுக்கெடுத்தாலும்* pray *பண்ணி என் தாலியை அறுக்காத...* bye...

(கிருஷ்ணர் நிற்க, எல்லோரும் உள்ளே செல்கிறார்கள். 'மாங்கல்யம் தந்துனா' மந்திரம் பின்னணியில்)

சுபம்

மங்களம்

கிரேஸி மோகன்

எழுதிய நூல்கள்...

அலாவுதீனும் 100 வாட்ஸ் பல்பும்

அன்புள்ள மாதுவிற்கு...!

பிவேர் ஆஃப் மாது

சாக்லேட் கிருஷ்ணா

கிரேஸி கோஸ்ட்

கிரேஸி கிஷ்கிந்தா

கீதா உபதேசம்

கூகுள் கடோத்கஜன்

ஜுராசிக் பேபி

மாது மிரண்டால்

மதில் மேல் மாது

மாது + 2

மேரேஜ் மேட் இன் சலூன்

மீசை ஆனாலும் மனைவி

மிடில் கிளாஸ் மர்டர்

ஒரு பேபியின் டைரிக் குறிப்பு...

ரிடர்ன் ஆஃப் கிரேஸி தீவ்ஸ்

ஸாடிலைட் சாமியார்

ஹனிமூன் கப்பிள்

ஹியர் இஸ் காசி

அய்யா...! அம்மா...! அம்மம்மா...!

கிரேஸியைக் கேளுங்கள் – 1

கிரேஸியைக் கேளுங்கள் – 2

கிரேஸியுடன் சிரியுங்கள் – 1

கிரேஸியுடன் சிரியுங்கள் – 2